BÌNH MINH

BÌNH MINH
- THƠ -
LÂM HOÀNG MẠNH & CHU MINH HẠNH

Bìa: Uyên Nguyên Trần Triết
Dàn trang: Đỗ Huỳnh Đăng Ngọc
NHÂN ẢNH xuất bản 2024
ISBN: 9798869137401

Copyright © Lâm Hoàng Mạnh & Chu Minh Hạnh

LÂM HOÀNG MẠNH
&
CHU MINH HẠNH

BÌNH MINH
Thơ

NHÂN ẢNH 2024

*Kính tặng chính phủ và nhân dân Vương quốc Anh
với tấm lòng biết ơn sâu sắc nhất.*

Lâm Hoàng Mạnh – Chu Minh Hạnh
Kinh thành London xuân Giáp Thìn 2024

Chúng tôi rời Việt Nam

      khi hoàng hôn buông xuống

Đến Vương quốc Anh

      bình minh rực rỡ đang lên….

      1980 -2024

      LHM - CMH

LỜI NÓI ĐẦU

Ngày nay những cuộc di cư bằng đường biển xâm nhập vào Vương quốc Anh với nhiều lý do và mục đích khác nhau, qua eo biển English Channel giữa Pháp và Anh, đã gây nhức nhối cho chính phủ và nhân dân Anh trong hơn thập niên qua. Danh từ thuyền nhân (Boat People) không còn là từ duy nhất để chỉ những người từ Việt Nam tỵ nạn chính trị, vượt biển Đông chạy trốn nhà nước cộng sản Việt Nam cuối thế kỷ XX bắt đầu sau ngày 30-4-1975.

Chúng tôi -cựu thuyền nhân Việt Nam- được chính phủ và nhân dân Vương quốc Anh dang tay cứu giúp, sau hơn 44 năm, những gì mà gia đình và con cháu chúng tôi có được hôm nay không bao giờ chúng tôi quên ơn cứu mạng đó. Để tri ân nhân dân Anh và chính phủ Vương quốc Anh -dù Công đảng hay đảng Bảo thủ nắm quyền- tập thơ Bình Minh của Lâm Hoàng Mạnh và Chu Minh Hạnh ngoài mục đích tri ân còn phác họa đôi nét về cuộc sống hòa nhập của chúng tôi với nhân dân Anh trong quá trình hội nhập. Nhưng chúng tôi vẫn không quên mảnh đất hình chữ S nơi chúng tôi sinh ra và lớn lên với biết bao kỷ niệm vui buồn của thời quá khứ được nhắc lại đôi vần thơ trong tập Bình Minh này.

Vẫn với phong cách "dân ca quan họ xứ sương mù" của tập Hoàng Hôn, chúng tôi xin trân trọng giới thiệu tập thơ Bình Minh với độc giả người Việt và người nói tiếng Việt trong và ngoài nước nhân dịp xuân Giáp Thìn 2024.

                    LÂM HOÀNG MẠNH – CHU MINH HẠNH
                Kinh thành Luân Đôn xuân Giáp Thìn 2024

THƠ VÀ TÔI

Bụng em đau, thai con trăn trở
Nhức nhối đầu tôi đôi vần thơ
Con đòi ánh sáng, đòi hăm hở
Thơ muốn thành thơ, thơ đòi thơ.

Con tôi mai mốt tới
Sẽ là người thợ giỏi
Sẽ là một người thày
Nhiệt tình và mê say.

Thơ tôi mai mốt tới
Sẽ là muôn tiếng gọi
Sẽ là muôn lời ca
Là ánh nắng chan hòa
Sưởi ấm cho ngàn hoa.

Hải Phòng 1960
LHM

NÓI VỚI CON

Tặng các con:
Lâm Hoàng Yến
Lâm Hoàng Long
Lâm Hoàng Lân

Cha muốn con mau lớn làm Người
Nhưng không được xa rời mầm sống
Cha không muốn con chỉ sống trong chăn ấm
Cha muốn con qua bão táp trưởng thành người

Con hãy tìm bình yên trong dông tố
Con hãy yêu tất cả mọi con người
Con hãy tin chân lý chói ngời
Con hãy sống trong đời như trong nhà ta ở

Con hãy tới vườn cây kiến thức
Chĩu chít cành cong nặng trái thơm
Nhưng vườn cây ở nơi xa thẳm
Suốt đời con may mới tới vườn ươm.

Rừng Hòa Bình 1971
LHM

KỶ NIỆM THỜI BAO CẤP

KHU NHÀ TẬP THỂ

Ăn cơm tập thể, ở nhà công
Một tháng hai phiên, mấy chục đồng
Sớm dậy theo đài, đêm theo kẻng
Cuộc đời như thế có sướng không?
LHM

Người như con rối, hỏi sướng chi?
Có óc không cần phải nghĩ suy
Có mắt không cần phải mở mắt
Mũi tai đều điếc sướng nỗi gì?
CMH

Tiền Và Cuộc Sống

Hết tiền mong cuối tháng
Ham sống thích ngày dài
Tiền tài và cuộc sống
Cứ mâu thuẫn nhau hoài.

        LHM

Một tháng cầm tay mấy chục đồng
Tiền xài chi hết hỡi quý ông
Một nắm bột luộc là xong bữa
Không vợ, không con, nhà cũng không!

        CMH

30 Tháng 4 Xưa Và Nay

Hôm nay em lại về thăm biển
Ngỡ như anh đang đứng đợi chờ em
Nhưng đó chỉ là ảo mộng
Chắc ông mặt trời làm lóa mắt em
Hay bóng hình anh
        đã khuất
                hòa cùng nước mắt
Nước mắt hay nước biển
            mằn mặn
                  xót xa
Em nhớ lại những ngày đã qua

Nhớ biển Đông năm xưa
Sóng dữ dội như những làn mưa đạn
Muốn nhấn chìm
            người chạy loạn chiến tranh
Những người cha, người mẹ
            người chị, người anh
Cả đứa trẻ miệng còn thơm mùi sữa
Phải bỏ nhà, xa tất cả để ra đi
Quên cả hai chữ hiểm nguy
30 tháng 4 năm 1979
Từ Việt Nam
        đến phao số Không

Họ cắt dây kéo
            đẩy thuyền ra biển Đông

Kèm theo lời nguyền độc ác:
        "Nhớ ăn cá đừng để cá ăn!"
Biển bên ấy như phải nghe lời họ
              đầy đọa
Một lũ người không quê hương
              chới với
          giữa biển mênh mông
Đói, khát, vật vờ
        trước trận cuồng phong
Cướp sinh mạng nhiều người
            trong đó có anh
Còn nỗi đau nào đau hơn nữa!
          Hỡi trời xanh!
Nhưng con người
        và
          đất đầy tình nhân ái
Vương Quốc Anh
            ánh bình minh chiếu rọi
Xua tan màn đêm đen tối 30
Đất mẹ hiền nhận đón chúng tôi
            đàn con côi
              vô tội
Nạn nhân cuộc chiến tranh Trung -Việt

Được tự do
     và
        được sống làm người
Giúp chúng tôi làm lại cuộc đời

Ngày 30 tháng 4 hôm nay tôi đến đây
Bờ biển phía nam
      Vương quốc Anh
         sóng nhè nhẹ xô bờ
Như mơn chớn đôi bàn chân
        đầy chai sạn
Trên mảnh đất đã nuôi dưỡng chúng tôi
        hơn nửa cuộc đời
Nghĩ về biển Đông năm xưa
      thương nhớ khôn nguôi
Cám ơn Vương quốc Anh
       quê hương thứ hai
Quốc đảo yêu quý của chúng tôi.
          CMH
      30-4-1979 –30-4-2023

* *30-4-1979 ngày gia đình Chu Minh Hạnh bị chính quyền cộng sản Việt Nam trục xuất từ bến Máy Chai.*

CHUYỆN BÂY GIỜ MỚI KỂ
Tặng Hải - con trai của mẹ

Mẹ sinh con giữa những ngày chạy loạn
Trên chiếc thuyền tỵ nạn đến Hong Kong
Tay dắt chị con, bụng thai nghén theo chồng
Chân bước xuống thuyền, lệ nhòa cùng nước biển
Hơn trăm mạng người trên chiếc thuyền con

30 tháng 4 năm 1979
Rời bến Máy Chai, Hải Phòng
                      lao ra biển Đông
Bồng bềnh giữa sóng nước mênh mông
Gặp gió to, sóng lớn
           thuyền chao đảo
                ngả nghiêng
                      như không tài công
                            vì mất lái
Ôm chặt con gái
        mẹ thầm hứa
Bất cứ giá nào
        lấy thân mình
                bảo vệ hai con
Trong khoang thuyền
            già, trẻ, gái, trai chắp tay run rẩy
                nguyện cầu mong

Hoảng loạn trước cơn giận dữ
                    của trận cuồng phong
Tiếng thét, tiếng gào, kêu la kinh hãi
Thuyền gia đình ta dạt gần bờ Bắc Hải
Bụng mẹ quặn đau dữ dội
Con kêu mẹ, con muốn đòi ra
Mẹ xoa xoa bụng dỗ dành
Nằm ngoan trong này
                    nghe mẹ đi con
Và những chuỗi ngày qua
                    nỗi kinh sợ lo âu
                         vẫn còn ám ảnh
Mẹ nhớ lại
           tim quặn đau nhức nhối
Vết thương chưa lành lại rỉ máu
Khi chiến tranh Trung Việt tràn sang
Gia đình mình cũng không được bình an
Cuộc sống bị đảo lộn
                    với bao điều ngang trái
Vì "an ninh?"
          phải chuyển khỏi khu mình đang ở
Đến căn nhà cũ nát mái gianh
                    với lý do:
"Liên quan đến cuộc chiến tranh!"
Mẹ sợ lắm những đêm dài thấp thỏm
Lũ chuột đói kiếm ăn

Tiếng chít chít
            chạy loạn xạ dưới chân
Nhiều đêm chị con khóc thét lên
            "Mẹ ơi… chuột cắn!"
Bất thình lình có người đập cửa
                        quát tháo
Xông vào nhà
            ba bốn người đàn ông đeo súng
Mặt hầm hầm như luồng gió độc
                        ập vào lục soát
Đưa câu hỏi ngang tàng, cộc lốc
Những chiếc gậy khua khoắng gầm giường
Nhìn ngó xó nhà, cả gầm bàn, khe tủ
Manh chiếu mỏng
            cũng lật lên tìm kiếm
Thấy gì đâu trong căn nhà nhỏ cũ nát, ai ơi!
Mẹ con mình sững sờ không biết tại sao
Bố con đi công tác xa
                        do chính họ điều giao
Mà lại hỏi đi đâu, trốn ở chỗ nào?
Là nhân viên ở cơ quan
Mẹ vẫn cặm cụi đi làm
Những gì xảy ra
            phải lặng câm, cấm nói
Đêm đêm lo sợ vì lũ chuột đói
Ngày cũng như đêm họ tự cho có thẩm quyền

Đột xuất đến tra hỏi
     lục soát
        sống sao yên
Ngày lại ngày họ đe dọa triền miên:
"Muốn không mất việc phải ly dị chồng con!"
Người cùng cơ quan không dám tới gần
Như là mẹ mắc bệnh phong, bệnh hủi
Buồn lo, nghĩ ngợi những chuỗi ngày tăm tối
Đầu mẹ muốn nổ tung, căng thẳng
Đến gần ngày sinh bụng càng thêm nặng
Nắng mùa hè sao toàn thân mẹ giá băng
Ngửa mặt nhìn lên
     trời cao có thấu
Mẹ hỏi ông Trời:
    "Con có tội tình chi?"
Rồi một ngày mẹ quyết phải ra đi
Xa tất cả để gia đình ta được sống!

Định mệnh!
Ông Trời đã trao con cho mẹ
Ôm trong tay, nhìn hình hài nhỏ bé
Quên hết đớn đau
     mẹ mừng rơi lệ
Giỏ xuống đôi môi
    ngỡ sữa mẹ
      con cười!

Tội cho thằng con bé bỏng của tôi
Đã gian nan vất vả ngay từ lúc chào đời
Sữa mẹ không đủ
              nhưng vẫn cười với mẹ
Chị của con ngồi bên kêu khóc
           "Mẹ ơi, con đói!"
Ngày qua ngày bát cháo loãng cầm hơi
Đói khát, nổi trôi
              giòng giã hai tháng trời
Hong Kong
Thuyền gia đình ta rồi cũng đến
Quên làm sao được giây phút đó
Ai đã cất tiếng kêu to thật rõ:
"Mọi người ơi!
              Chúng ta đã sống rồi… ôi…"
Hạnh phúc ngập tràn
Trong niềm vui, không bút nào tả hết….

Ký niệm nơi sinh con
Nhớ những ngày cận kề cái chết
Ký niệm trong đời nên mẹ đặt tên con
HẢI - đứa con sống sót giữa biển Đông
HOA - chị của con
              loài hoa kiên cường mạnh mẽ
Mẹ đưa hai con ra đi
Vượt biển Đông
              qua bao đói khổ gian nan

Đến nơi bình yên
                hạnh phúc vẹn toàn.
Và hôm nay
            hai con đã trưởng thành
Đã lớn khôn
           có gia đình
Nhưng mãi mãi vẫn là con của mẹ
                hai thiên thần nhỏ bé
Mẹ đã trọn đời trao gửi tình yêu
Chỉ mong hai con luôn ghi nhớ đôi điều
Luôn biết ơn
      nơi đã cưu mang
              nuôi dưỡng mẹ con mình
Sống cho nên Người
            trọn bổn phận người dân
       VƯƠNG QUỐC ANH.

                     CMH

Kỷ niệm 44 năm ngày cập bến
cảng Hong Kong
01-7-1979 – 01-7-2023

Ghi chú: *Bắc Hải: Thành phố cảng của Trung Quốc

HỘI DƯỠNG SINH

Chúng tôi
      những người có tuổi
Tuần ba buổi
Gặp nhau ở hội dưỡng sinh
Tập Tai chi
    và
      gặp gỡ bà con mình
Mấy chục con người
Nhịp nhàng theo tiếng nhạc
Nhạc line dancing
      rộn ràng khỏe mạnh
Nhạc kiếm vung lên
      uyển chuyển
        khoan thai
Nhạc múa quạt như
      bướm lượn
        hoa bay
Ai ai cũng hăng say luyện tập
Không phân biệt màu da, sắc tộc
Người Á châu
      Ấn Độ
        Mã lai
          Hoa Việt

Người châu Âu
          Phi châu
Da trắng, da màu đều đến đây
Khi tập luyện nghiêm trang như lớp học
Giờ giải lao náo nhiệt như tuổi xuân

Nhóm này bắt tay nhau chào hỏi
Nhóm kia cười, nói chuyện râm ran
Nếu thêm chú vịt, chú ngan
Sẽ thành chợ Cóc ở quê hương mình
Chúng tôi, tất cả mọi người
Từ khắp mọi nơi
Di cư đến mảnh đất này
                tìm sự sống
Thời gian trôi nhanh
Giờ đây
      Tuổi già non thế kỷ
Lưng còng uốn nặng kiếp long đong
Gặp nhau ở hội dưỡng sinh
Đàn chim Hoa Việt đậm tình đồng hương.
                      LHM - CMH

TUỔI GIÀ & BỆNH TẬT

Tuổi già nhiều bệnh lắm ai ơi!
Mất ngủ thường xuyên, chuyện thường thôi
Mỡ máu, mỡ gan, cao huyết áp
Cộng với tiểu đường, hỡi trời ơi!

Mỗi bệnh đều có những nguyên nhân
Truy xét cho cùng đâu khó khăn
Khi ta còn trẻ ta vung phí
Sức khỏe, coi thường cả bữa ăn

Tạo hóa sinh ta thật thần kỳ
Chẳng thừa chẳng thiếu những điều chi
Cái gì cũng hai cho đủ cặp
Cái miệng sao chỉ một, lạ kỳ?

Từ xửa từ xưa đã nói rồi
Vạ mồm, vạ miệng có khi toi
Ăn sống nuốt tươi mang bạo bệnh
Biết mà bợm nhậu mấy ai thôi!

Sức khỏe là điều thật khó mua
Cũng chẳng ai thừa mà xin cho
Tiền tỷ cũng không mua nổi được
Kho báu trời cho lại hững hờ!

Nay ta đã đến tuổi xế chiều
Sớm ốm chiều đau thật trớ trêu
Ai ơi nên nhớ khi còn trẻ
Của báu trời cho phải thương yêu.

LHM

NẮNG HÈ

Những tia nắng vàng rực rỡ
Xuyên qua bức rèm xanh che cửa sổ
Chúng theo nhau ùa vào phòng ngủ
Luồng gió dịu êm
         mang hơi ấm đầu tiên
Hương cỏ non
         và mùi đất nồng nồng
Mùi hoa cỏ vừa nảy lộc
         trổ bông
Không gian ngày hè
         bay lạc vào trong
Hè năm nay đến muộn
         hơn năm trước
Năm xưa vì Covid
         nàng Hạ trốn đâu?
Mà năm nay về muộn
Xin hỏi đôi câu
Nàng mỉm cười e ấp
Hôm nay
    hoa lá
        cỏ cây
           ngây ngất
              đón Hè sang.

                    CMH

TRẮNG & ĐEN

Tuổi xế chiều ta giống như con trẻ
Có lúc cười như nắc nẻ
Có lúc lại nức nở khóc to
Lúc hồn nhiên
         vui vẻ
             ngây ngô
Im lặng trầm tư
         suy nghĩ
Có phải về già có hai tính khí
Như cuộc đời có trắng và đen
Anh ơi!
Anh yêu trắng hay đen?
Vì bây giờ em là vậy đó

                    CMH

Em!
   Tạo hóa sinh ra
         có đen và trắng
             mưa và nắng
                ngày và đêm
                     có dương có âm
Máu trong người có
           hồng cầu
              bạch cầu đó em

Nên anh yêu tất cả
Vì tất cả có trong em
      LHM

Em hiểu rồi
Đó là quy luật của tự nhiên
Vì cuộc đời đâu phải nằm yên
      bất biến
Ta phải vươn lên để tiến
      CMH

Trong mỗi chúng ta
Có hai con người
   Tốt và Xấu
     Trắng và Đen
   Giằng co
    Khốc liệt
     Nghiệt ngã
      để vươn lên
Xã hội ngày nay
Coi trọng Kim Tiền
      LHM

Đúng thế đó anh
Vất vả vì Tiền
Chạy theo vật chất
Đánh mất bản thân
Con người có thể vô tri
Nhưng không thể vô vi
Em mong sao
Dù trẻ hay già
Hãy yêu quý bản thân
Bằng nội tâm
Tự soi sáng chính mình
Với tâm hồn thi vị
Sống cuộc sống thú vị
Đầy nắng ấm
Trong thời kỳ đầy biến động
Thế kỷ hai mươi mốt này.

CMH

BIỂN VÀ TÔI

Mỗi khi tôi ra biển
Thấy mình nhỏ bé
Biển xanh rộng mênh mông
Ước gì biển ôm gọn tôi vào lòng
Tôi như đang trên mây
                        bay theo gió
Tất cả phía sau như bé nhỏ
Đắm chìm trong thế giới của riêng tôi
Tôi đang trong mơ
              một thế giới hư vô
Không bao giờ có thật
              như bong bóng nước
                  dưới cơn mưa
Tôi vẫn bay
        vẫn bay
                trên ly rượu đầy
                    rồi tan vào lòng đất
Tất cả rồi sẽ mất
            còn lại mình tôi
Trên trái đất này
            chỉ có biển thương tôi
Dang rộng đôi tay
            nhưng
                  tôi nào tới được…
                      CMH

HÀNG CÂY & BUILDING

Em vẫn đứng đó
            đã 20 năm rồi đấy nhỉ
Khi xưa em mới cao bằng chị
            mà nay em đã
                        chọc trời
Tuổi chớm đôi mươi
            đứng ngang tầng thứ 10
Ngày ngày em cười
            vẫy tay chào chị
Sáng sớm nay sao em vui thế?
Đêm qua
      tắm mát phải không?
Mấy tuần liền
      nắng cháy
            liên miên
Lửa đổ xuống
      thân mình em rát bỏng
Da rạn nứt
      lá vàng khô
            queo quắt
Chị thương em
      nhưng biết làm sao

Em mệt mỏi
     không đủ sức vẫy chào
Nhìn em ủ rủ
    chị nghẹn ngào
       rơm rớm lệ
Nước trong hồ đang dần dần cạn
     đất khô cằn
       vì khát
Cánh đồng màu
    gục ngã
      xác xơ
Em của tôi cũng ngày đợi
      đêm chờ….
Ông trời thương em tôi
      mưa đổ xuống
Nước của trời
   tưới
     cho vạn vật hồi sinh
Cho cây cối nảy lộc vươn mình
Cho hoa cười nở rực khoe sắc thắm
Từng đợt gió mát lạnh
      xua tan bầu khí nóng

Em lại khoác áo màu xanh
                     bay lồng lộng
Cành lá rung rinh
               theo chiều gió đung đưa
Em lại xanh tươi với vẻ đẹp bất ngờ
Cá trong hồ tung tăng bơi lượn
                        nô đùa
Sông đầy nước
            soi bóng đàn chim bay về tổ
Chị yêu em
         chị yêu tất cả
               vẻ đẹp Đất Trời
Đã ban tặng cho Người.

                         CMH

CHIẾC QUẠT NAN

1

Em là chiếc quạt nan
Tạo dáng hình trái tim
Trông em xinh xinh lắm
Từ những lát tre đan
Em đem làn gió nhẹ
Dịu mát nắng trưa hè
Tình yêu chân thiện mỹ
Em đi khắp mọi nhà
Trời đổ lửa xuống đầu
Như nằm trong lò than
Trẻ thơ không chịu ngủ
Mè nheo đòi mẹ sang
Em nhảy múa nhẹ nhàng
Theo nhịp tay của mẹ
Tiếng ru hời khe khẽ
Làn gió mát dịu êm
Cho bé thơ ngủ yên
Ngoan ngoãn trong lòng mẹ
Tiếng quạt
        chầm chậm nhẹ
Nghe thưa dần
        thưa dần

    Sau một ngày lam lũ
          trẻ thơ
                và mẹ
       chìm vào giấc ngủ
                  cùng em

         2

Hôm nay mẹ ra đồng
Cấy cho xong đám ruộng
Một ngày dài
      phơi lưng dưới nắng
Nắng cháy
      rát bỏng
Ướt đẫm lưng gầy
      khô rồi
          lại ướt
              ướt rồi
                  lại khô
Bao lần trong ngày?
Mồ hôi lăn trên má
Chảy xuống
      lẫn vào đám mạ
Được cấy thẳng hàng
Mẹ cấy hôm nay
Mai này
      cầm bát cơm đầy

Nhớ mãi ngày này
Đẫm mồ hôi của mẹ
Em đưa mẹ vào giấc ngủ
Sau một ngày lam lũ.

3

Mùi ngô nướng bay lượn
                    quanh trường
Lũ học trò nhấp nhỏm
                    không yên
Tùng!
    Tùng!
        Tùng….
Tiếng trống còn chưa dứt
Như nước lũ tràn về
                    chúng chạy ùa ra
Cách cổng trường không xa
                    bà bán ngô
Quạt phần phật
        chậu than rực đỏ
Những bắp ngô
           cựa mình run sợ
                than thở
                    nóng ran
Đám học trò
        vây quanh
             chậu than

Xuýt xoa
           đăm đăm
                    chờ đợi
Mùi ngô nướng
           bay lượn theo làn khói
Hương thơm tỏa ra
           quyến rũ lũ học trò

Quạt trong tay bà
           gió thổi
                    ngọn lửa hồng
                            bay bay
                                lả lướt
Những tia lửa lấp lánh
           muôn màu
                    tóe lên
                            lớp lớp
Tiếng nổ
           của hạt ngô cháy bỏng
                    tung lên
                          lốp bốp
                    như pháo hoa
Lũ học trò
           tranh nhau
                  nhớn nhác
Bà vẫn quạt đều
                  nhiều bắp ngô ra

Bọn trẻ hả hê
        mải miết
                quên hết
                      miệng viền than
                              đen nhẻm
Niềm vui tuổi học trò
                những ngày đông giá lạnh.
                      CMH
              Ký ức tuổi thơ Thái Nguyên

NƯỚC MẮT

Em
      Sao ngồi đó
              lặng im
      Đôi vai gầy bé nhỏ
                  rung rung
                        theo tiếng nấc
                            thổn thức
                                nghẹn ngào
      Như đã cố kìm giữ trong tim
                      LHM

Anh
      Có phải sẽ cần nhiều nước mắt
      Để lấp đầy rạn nứt của con tim?
      Nhưng ai sẽ cảm thông
                    và chia sẻ?
      Ai sẽ cho em sự bình yên?
                      CMH

Em

      Hãy khóc đi em
      Khóc cho vơi nỗi ưu phiền
      Nước mắt sẽ cho em
                    niềm an ủi
      Đem đến cho em sự bình yên

      Tất cả sẽ qua đi
      Cười lên em
      Khi xung quanh
                    không còn xa lạ
      Em thấu hiểu
                    hết nỗi xót xa
      Chính em
                    con tim em
                          nhận thức của em
      Sẽ giúp em
                    tự đứng lên
                          bằng đôi chân bé nhỏ
      Chai sạn từ lâu
                    em đã từng quen
      Trước mắt em
      Bình minh rực rỡ
                  đang lên....

                              LHM

HÀNH QUÂN QUA NHÀ

Tặng Thanh Tâm - người vợ hiền

Trời đầy sao xa thẳm
Hành quân dọc đường làng
Thấy bếp nhà lửa ấm
Bao kỷ niệm xốn xang

Con giờ này chắc ngủ
No tròn trong lòng bà
Ngọn đèn dầu cháy đỏ
Em chắc còn quay sa

Từng dáng nét thân quen
Vẫn bên lòng ấp ủ
Anh thấy như có em
Vẫy anh bên khung cửa

Chiến trường xa vẫy gọi
Đường hành quân còn dài
Bao xóm làng bếp lạnh
Cần lửa ấm ngày mai.

LHM

Chiến Tranh Và Hòa Bình

*Thân tặng anh Tài (Thái Nguyên)
- người anh, người chiến sĩ - đã hy
sinh trong cuộc chiến tranh vệ quốc.
Em gái CMH*

1

Hôm nay anh lại về thăm em
Sau mấy chục năm
          vẫn thân quen
Từ ngày đó
          bao năm rồi em nhỉ?
Vẫn đậm trong tim
          hình dáng em
                LHM

2

Em ngắm nhìn trăng
Rồi tự hỏi mình
          người đó có nhớ trăng?
                CMH

3

Em đâu có biết
              những đêm hành quân
Nửa vầng trăng
              vẫn dõi theo bước chân anh
Không gian tĩnh lặng
              chỉ nghe tiếng gió
Như thầm thì
              phải nhớ lời em đêm đó
Hứa với anh
              lời âu yếm ngọt ngào
                        LHM

4

Hay là anh đã quên
              đường về
Để em mãi đắm chìm
              trong ký niệm
Bao sót sa
              giọt sầu thương nhớ
Biết bao đêm
              nhìn vầng trăng sáng tỏ
Thấp thoáng đâu đây
              bóng hình anh trong đó
Theo nhịp quân hành
              không được phép quay về
                        CMH

5

Em ơi! Khi tổ quốc gọi
      anh phải ra đi
Đất nước thanh bình
      anh hứa sẽ trở về
        LHM

6

Có bao giờ anh nhớ?
Có khi nào anh trăn trở
      nghĩ đến em?
Anh có biết, bao đắng cay em gánh chịu
Khi mưa giông
     gió lạnh
       sương rừng
Những đêm rằm
     em ngắm vầng trăng
Năm tháng trôi qua
     cha yếu
      tuổi già
       mẹ lại rời xa
Trong em nỗi đau
    nỗi nhớ
      không phai nhòa
       CMH

7

Hôm nay anh trở về đây
    khi không còn nguyên vẹn
Đôi chân anh
    đã gửi lại chiến trường
Chỉ mong được
    nhìn thấy em
Cho vơi đi
    bao nỗi nhớ thương
        LHM

8

Hãy cho em khóc
    một lần cuối
Đã bao năm
    em khóc trong chờ đợi
Bặt vắng tin anh
    bao nỗi sót sa
Giã từ tình anh
    bước lên con thuyền mới
Đạo hiếu làm con
    em có lỗi với anh
Bước chân theo chồng
     rỉ máu con tim
        CMH

9

Dòng đời chia muôn lối
Con tim anh
              nhức nhối
Nuối tiếc một giấc mơ
Cắt nửa vừng trăng
            bên tỏ
                bên mờ
Em ra đi
        mang theo một nửa
Nửa còn lại
        cho anh được giữ
Để đêm đêm
        anh ôm bóng trăng mờ
Đất nước thanh bình
            nhưng anh không có em
Và bây giờ
        lại chiến tranh
            và
Chiến tranh Russia - Ukraine
                đang khốc liệt
                    triền miên….
Sẽ có bao nhiêu cuộc tình
              như anh và em?
                    LHM

THỜI TIẾT

Reng
    Reng
        Reng…
Mấy giờ rồi nhỉ?
Muốn dậy
    xoay người
Ôi!
    Xương sườn đau nhói
Chân vừa
    chạm đất
Ôi!
    Gối mỏi
Cha cha!!!
Sao đau khắp người!
Ngẩn ngơ
    tự hỏi
Thời tiết thay đổi?
Hay ta đã
    bước sang tuổi già?

        CMH

EM LÀ AI

Em là hạt cát bên bờ biển
Bị người đời dẫm nát dưới chân
Em cũng là viên đá trắng hồng
Bị quên lãng nằm sâu trong hang đá

Rồi một ngày gặp anh trên bờ biển
Khi bàn chân anh chớm đặt lên
Chỉ vô tình sao lại lên duyên
Hạt cát ấy theo chân anh mãi mãi

Lại một ngày chàng trai miền biển
Theo bạn bè vào tận hang sâu
Tìm niềm vui với cỏ cây hoa lá
Kìa!
   Sao viên đá hồng
              lại nằm trong hang?
Chàng trai hoang mang
Tò mò bước đến
             nghiêng nghiêng
                     ngó ngó

Lặng ngắm nhìn em
Sao thấy thân quen
Nâng niu trong tay
Mỉm cười, anh hỏi
Sao em nằm đây?
Hang sâu lạnh giá
Hình như viên đá
Cựa quậy, lay lay
Anh vội nói ngay
Nghe anh, em nhá!
Theo anh về nhà
Viên đá ấm dần
Trong bàn tay anh
Anh vẫn tự hỏi
Em là ai?
Là em?
Hay đá?

CMH

LƯƠI HUYỀN

Kìa góc cửa sổ
Sao lại đỏ hồng
Bên ngoài có cháy
Thật không?
      Thật không?

    Ánh nắng bình minh
    Chiếu vào building
    Lung linh, lấp lánh
    Hào quang tỏa sáng
    Cung điện bằng vàng
    Chói lòa trước mặt

Như chuyện thần tiên
Dụi mắt không tin
Ngỡ mình mơ ngủ
Bước ra bên cửa
Cây vẫn đứng yên
Mỉm cười nhìn em
Nghiêng nghiêng xấu hổ

Mặt trời lấp ló
Hiện dần phía xa
Nắng xuyên qua lá
Nắng lượn ôm em
Sắc vàng lấp lánh
Màu xanh lung linh
Mặt trời nheo mắt
Nhìn em chê cười

Em mơ thật rồi
Sáng nay dậy muộn
Đáng phạt mất thôi
Vì em Lươi Huyền.

CMH

CHÚ CHIM CÂU & NGƯỜI VÔ GIA CƯ

Chú chim câu nho nhỏ
Chăm chỉ tìm mồi ăn
Đôi chân bước nhanh nhanh
Đầu gật gù nghiêng ngó

Sao chỉ có một mình
Trong sân ga nhộn nhịp
Hay chú lạc gia đình
Nơi đông người qua lại

Những bước chân hối hả
Trong nhịp đời vội vã
Một người vô gia cư
Vật vờ bên góc phố

Sleeping bag quấn quanh
Bên cạnh thùng carton
Gia tài nghèo của ông
Vẻn vẹn chỉ có vậy

Cuộc đời nào xô đẩy
Đưa ông đến bước này
Tủi nhục cùng đắng cay
Khi nào ông mới thoát?

Chú chim câu nho nhỏ
Người vô gia cư góc phố
Cả hai cùng cảnh ngộ
Lạc lõng giữa dòng đời.

CMH

ƯỚC

Ước gì em là làn gió nhẹ
Thổi mát lòng anh giữa trưa hè
Anh sẽ là muôn ngàn tia nắng
Sưởi ấm hồn em giữa đêm khuya.

Anh ước là ánh trăng
Đêm đêm được ngắm em
Qua khe khung cửa sổ
Những đêm rằm sáng tỏ

Em là ánh trăng rằm
Lẻn qua khung cửa sổ
Thầm thì qua hơi thở
Anh có thật yêu em

Anh là gió đêm hè
Lướt qua đôi má em
Chạm làn môi hé nở
Ru giấc ngủ êm đềm

CMH

KHÔNG ĐỀ I

Tặng Thanh Tâm - người vợ hiền

1

Anh là con chim lạc
Bay ngơ ngác tìm em
Mở cánh cửa con tim
Em đón con chim lạc

2

Khói lam vờn mái bếp
Ấm cúng gia đình ai
Làm tôi ước mơ hoài
Bữa cơm chiều đoàn tụ

3

Anh tặng em bài thơ mới
Bài thơ mang ý núi tình sông
Những điều anh ấp ủ trong lòng
Vần thơ có nói hộ được hay không?

4

Em muốn hỏi sao em không hỏi?
Anh muốn nói mà sao không dám nói?
Từng ngày từng tháng
Nhức nhối trong lòng
Đêm ngày ngóng trông
Tìm gặp trao nhau qua ánh mắt.

LHM

DÃ NGOẠI

Xe đưa chúng tôi
              xa dần thành phố
Về phía tây nam
              miền quê êm ả
Xa những tòa nhà
              âm thanh rộn rã
Bỏ lại phía sau
              náo nhiệt ồn ào
Bầu trời trong xanh
              xung quanh mây trắng
Giống con rồng trắng
              uốn lượn quanh quanh
Kia!
Những đám mây xanh
              như mấy chú thỏ xinh xinh
Đang đuổi bắt quả bông cầu méo mó
Ông mặt trời lên cao
              cười nhăn nhó
Bọn chúng tôi
              còn dậy muộn sau ông
Háo hức chờ mong
              ngày hè nắng đẹp
Gió sớm mai
              ùa vào sao dịu ngọt

Thoang thoảng mùi hương
                từ những cánh đồng

Hương sương đêm
                của cây cỏ trổ bông
Mùi đồng quê
                nồng nồng, hăng hắc
Xe vẫn bon bon
                hướng về phía trước
Hai bên đường
                cánh đồng xanh ngắt
Phía xa xa
                những chú cừu
                      con nhởn nhơ
                              con mải mê gặm cỏ
Gió nhè nhẹ
                man mát gọi hè sang
Nối tiếp theo
                những cánh đồng vàng
Mùa hoa cải dầu rực rỡ
                chờ ngày thu hoạch
Như dải lụa vàng
                chảy dài óng mượt
Từng đợt gió lùa
                thảm cong mình uốn lượn
Bập bồng lên xuống như sóng xô bờ

Tôi thầm ước
            được nằm trên lớp sóng nhấp nhô
Tấm thảm vàng
            sẽ đưa tôi bay
                        bay mãi lên cao
Đột nhiên xe phanh gấp
                tỉnh giấc chiêm bao
Chầm chậm
        lăn bánh
                rẽ vào làng quê nhỏ
Chúng tôi bắt đầu
            kỳ nghỉ hè nơi đó
Một vùng quê yên tĩnh thanh bình
Những nếp nhà nhỏ nhắn xinh xinh
Đậm nét thân thương những ngày dã ngoại.

                                CMH

KHÚC NHẠC RỪNG

Đêm qua đứng tựa bên cửa sổ
Ngắm cánh rừng bên rộng mênh mông
Vật gì trăng trắng đang chuyển động
Té ra một chú thỏ rừng con

Sao thỏ một mình giữa đêm nay
Nghiêng nghiêng ngó ngó dáng mê say
Quên hết xung quanh bao kẻ ác
Chồn cáo rình mồi sẽ ra tay

Kìa chú nai vàng đang ngẩn ngơ
Thấp thoáng từ xa dưới sương mờ
Tha thẩn giẫm bừa lên đám lá
Khô ròn tan vỡ dưới chân nai

Sóc nhỏ từ đâu lẻn vào sân
Đào đào bới bới tìm đồ ăn
Chó nhà tỉnh giấc lên tiếng hỏi
Chú sóc nhanh chân biến rất nhanh

Tweet twoo, tweet twoo….
Thi thoảng vọng về tiếng cú kêu
Ve sầu rả rích đưa thương nhớ
Như tiếng sáo ai gửi thương yêu

Con đường cao tốc phía bên kia
Xe lao vun vút trong đêm khuya
Nghe như tiếng thác đều đều đổ
Nhộn nhịp suốt đêm bao chuyến xe

Chị Hằng ẩn nấp sau đám mây
Hỏi em đứng đó đợi chờ ai
Em vẫn dường như đang chìm đắm
Ngẩn ngơ nghe khúc nhạc đêm nay.

CMH

Bình Minh Và Em

Bình minh chưa lên
    chân đưa em ra biển
Hy vọng nắng sớm cuối hè
    sẽ mang anh đến
Mắt dõi nhìn xa xa
    ánh sao Kim vời vợi
Nơi đây chỉ mình em
    và hàng cây đứng đợi
Bóng trăng tròn
    bồng bềnh trên sóng biển
Em ngước nhìn
    như có dáng hình anh
Gió biển dịu êm
    nâng chân em nhè nhẹ
Anh đón em đi
    hay gió gọi?
Đưa em đi về đâu
    anh hỡi?
Giờ này anh ở đâu?
    Sao không đến?
Chỉ mình em nơi đây
    trông ngóng
Tìm dấu chân ai
    in trên triền cát trắng

Hay sóng biển đã cuốn đi
Mang theo niềm thương
                 nỗi nhớ của em
Tiếng sóng xô bờ như ai gọi tên
Tha thiết, nồng nàn
                 rất đỗi thân quen
Thì thầm như những gì đã hứa
Biển cả mênh mông
Em thấy mình nhỏ bé
Nhớ như ngày xưa
                 ngả tựa vai anh
Sát bên nhau
            chờ đón bình minh
Anh thường nói
            tình yêu của chúng mình
                   đẹp như thế đó
Những tia nắng ban mai
                đang từ từ hiện rõ
Gió cuối hè lay động
                hàng cây xanh, bụi cỏ

Màn đêm bao la
     đang lùi khuất phía sau
Lớp lớp sương mờ
     tan dần theo tia nắng
Như dải lụa màu cam vàng đang trải thảm
Không gian quanh em chợt bừng sáng
Biển vui mừng dang tay chào đón
Những tia nắng vàng
     soi mặt nước lung linh
Ấm áp, nhẹ nhàng xoa dịu má em
Làm tan đi nỗi trống vắng cô đơn
Như có anh đang đứng kề bên
Ông mặt trời từ từ hiện lên
Đỏ mặt nhìn em trìu mến
Cũng sớm ngày hè trên biển vắng
Chỉ có biển và em
     không có anh
Vì không phải ở quê mình
Bên bờ biển Địa Trung Hải
Em nhớ anh….

       CMH
    Bãi Biển Costa Brava, Spain

Bình Minh Ven Rừng

Sáng nay thức dậy nhìn xung quanh
Trong căn nhà nho nhỏ xinh xinh
Bên cạnh một rừng cây xanh mát
Tiếng chim véo vót gọi bình minh

Xa xa những dãy núi nhấp nhô
Mây trắng hồng bao phủ lững lờ
Mấy con tuấn mã đang gặm cỏ
Trên lưng đôi bướm lượn vẩn vơ

Đôi chim đậu sát bên cửa sổ
Nhìn em cất tiếng hót líu lô
Tung tăng chú sóc con đùa nghịch
Chúm chím miệng xinh như thăm dò

Chú thỏ ngốc nghếch đứng lặng im
Lạc đường hay muốn đến tìm ăn
Thoang thoảng đâu đây mùi hương lạ
Đàn bướm rong chơi lượn xung quanh

Gió sớm ùa vào se se lạnh
Nhẹ nhàng ve vuốt đôi má em
Sao mấy hôm nay nhiều khách thế
Thiên nhiên ban tặng cho mình em

Cuộc sống bình yên nơi thôn dã
Yêu quý thiên nhiên
     Yêu quý em.

CMH

NHỚ

Nhớ em như nhớ một vần thơ
Có em sơn nữ vẫn đợi chờ
Sóng biển đêm ngày rì rào vỗ
Khúc nhạc rừng xưa vẫn trong mơ
LHM

Nhớ thơ sao không về với Thơ
Nhạc rừng sơn nữ vẫn trong mơ
Giấc mộng đêm đêm dù bao đẹp
Chiều tím dần tan hòa vào thơ
CMH

CHIỀU TRÊN SÂN GA

Tôi lại xa con, xa cháu
Ngày hè tháng Sáu
                qua nhanh
Những con trăn sắt khổng lồ
                    uốn quanh
Nuốt bao người
           mang họ đi khắp nơi
                      mọi miền đất nước
Nhà ga nơi đông nhất
          cũng là nơi buồn
                    và vui nhất
Chứng kiến cuộc chia ly
         và hội ngộ

Một chiều
      trên sân ga
            Manchester
Kia,
Mẹ già đưa tiễn đứa con trai
Đôi vợ chồng vai kề vai
                hai mái đầu chụm lại
                      khe khẽ nói
Bé gái ngây thơ ôm chân bố

Đây,
Hai chị em ngồi trên ghế
        tay cầm tay
                lặng im không nói
                      nghẹn ngào
                            xen tiếng nấc
Chia ly nào không rơi nước mắt
Biệt ly nào không đau thắt từng cơn
Người ra đi xao xuyến bồn chồn
                        luyến lưu
                              bịn rịn

Khi đến giờ tàu chạy
Người ở lại
        tê dại
                như cột đèn đứng đó
Mắt dõi dõi theo
            bóng con tàu khuất mờ xa

Phía bên kia
        xình xịch
            xình xịch
                tàu tiến vào ga
Người người nóng lòng chờ đợi
Những cánh tay giơ cao vẫy
                vẫy gọi

Đoàn người lần lượt
                          xuống sân ga
Bạn bè anh em
                bắt tay chào hỏi
Chồng nhìn vợ
                bốn mắt trao nhau
                                thay lời nói
Bé gái lao nhanh
                miệng gọi daddy
Đôi nam nữ lệ ướt bờ mi
Sau cuộc chia ly
                mừng ngày tái ngộ
Trên sân ga
              ngày tiếp ngày
Tàu đến
      tàu lại đi
Đong đầy thương nhớ.

                                CMH

TRĂNG VÀ TÔI

Nửa đêm tỉnh giấc, giật nảy mình
Có bóng tròn tròn nằm kề bên
Ngỡ mình mơ màng trong giấc mộng
Nhìn kỹ hóa ra bóng nàng tiên

Trên kia lạnh lắm hở chị Hằng?
Hay chị thương em lén vào thăm
Đêm rằm tròn lắm sao buồn tẻ
Em đây bóng khuyết đã bao năm

Thức giấc vì tuổi đã xế chiều
Đêm đêm đâu có ngủ được nhiều
Nhớ lại khi xưa thời son trẻ
Được ngủ kéo dài quá cao siêu

Chị Hằng đừng có vội rời xa
Thay mẹ, ru em bằng lời ca
Tuổi thơ trở về trong giấc ngủ
Có chị, có em, ta với ta.

CMH

TÂM SỰ VỚI BIỂN

Đêm qua nghe tiếng mưa rơi
Giọt mưa tí tách. Thu đến rồi
Tiễn biệt mùa Hè bao kỷ niệm
Thêm một năm nữa trên đất người!

Em vẫn đứng đó lặng im
Không vẫy tay chào chị
Phải chăng có điều gì muốn hỏi
Một tuần xa em, chị đếm từng ngày

Chị nhận ra
          nắng hè làm áo em phai nhạt
Hay mùa Thu đang hiện diện trong em

Em ơi! Mùa Thu đang dần đến
Mưa nhiều hơn, nắng cũng ít hơn
Nhìn em, chị biết em buồn
Em lạnh lẽo cô đơn ngoài đó
Những khi mưa gió
                em lắc lư, vật vã
Chị trong nhà lòng đau nhói sót sa
Mong mưa ngừng rơi!
              Gió thổi nhẹ thôi!
Đêm qua mau!
          Ngày mai trời lại sáng!

Một tuần xa em
　　　　chị ra thăm biển
Tận hưởng mấy ngày nắng cuối hè
Đón sớm mai trên vùng đất thanh bình
Xa tiếng ồn ào, náo nhiệt chốn thị thành
Để nhìn thấy biển
　　　　và gần với biển
Biển mênh mông
　　　　hiền hòa thân thiện
Dang đôi tay chào đón mọi người
Biển lắng nghe tâm sự buồn vui
Như chia xẻ mọi ngọt bùi, cay đắng
Giọt lệ trào
　　　　hòa trong nước mặn
Sẽ xóa tan mọi lo nghĩ âu sầu
Nghe tin vui sóng xô nhẹ vào nhau
Đưa chân ta lướt qua triền cát
Gió biển thì thầm như ca hát
Sóng nhấp nhô, lóng lánh ánh mặt trời
Biển nhảy múa, vui cười
Niềm hạnh phúc được nhân đôi
Biển không biết nói tiếng người
Nhưng thấu hiểu lòng người
Hơn những người đang sống

Mỗi khi ra biển thấy lòng mình nhẹ nhõm
Quên tất cả
        cho đời mãi nở hoa
Mẹ Thiên nhiên rộng lớn bao la
Sẽ cho ta niềm tin và hy vọng
Ta sẽ trở về với đời
        và sống
Đời là vô thường
        đâu bất biến ai ơi!
Hãy yêu quý bản thân
Yêu quý cuộc đời!

                            CMH
                  Bãi biển Costa Brava, Spain

TRĂNG

*Trăng tỏa mộng xuống trần gian
cho người đời khát khao ngụp lặn.*
(Nam Cao)

Trăng 14 lướt qua mái hiên
Gặp ánh mắt ai đang ngắm nhìn
Trăng ngượng ngùng nép mình khẽ nói
Nhờ đám mây bay che khuất dùm

Trăng là ai? Đang ở nơi đâu?
Trăng trên bầu trời cao xanh biếc
Trăng khi tròn, khi khuyết
Khi tỏ, khi mờ không biết vì sao

Khi lửng lơ trên ngọn cây cao
Khi lấp ló phía sau dãy núi
Đôi lúc trăng ngắm mình bên dòng suối
Hay bồng bềnh
          theo sóng nước mênh mông
Thân ngọc ngà tắm trong biển xanh trong

Thả tâm hồn theo mây theo gió
Trăng tỏa sáng những đêm rằm tháng Tám
Đón Trung thu, trẻ ca hát vui chơi
Nhảy múa, rước đèn dưới ánh trăng thanh
Trăng mỉm cười, hạnh phúc ngắm đàn em
Tuổi niên thiếu thật hồn nhiên trong trắng

Trăng tỏa ánh sáng dịu hiền sưởi ấm
Những mối tình chớm nở tuổi mới yêu
Là ánh trăng soi sáng dọc con đê
Cho đôi lứa vai kề vai thề hẹn ước
Là mảnh trăng trong gầu sòng năm trước
Em giận anh
            tát nước đổ trăng đi
Trăng đẹp, đáng yêu, có tội tình chi
Mà giận hờn
        sầu buồn
              thương nhớ

Trăng là nguồn cảm hứng của nhà thơ
Đưa trang thơ hòa quyện với ước mơ
Đưa hồn ta thơ thẩn với thiên nhiên
Trăng là bạn, người chị dịu hiền
Tỏa ánh sáng khắp mọi miền đất nước
Trăng lặng lẽ trên cao
                cho ai thầm ước
Trăng bên người gắn bó với đời
Người thầm ước là trăng

Trăng ơi!
Ta yêu trăng
          vẻ đẹp chị Hằng.

CMH

Ngẫm Suy

Cuộc sống giống như một dòng sông
Tháng tháng, năm năm chảy không ngừng
Phía trên mặt nước nhìn êm ả
Biết bao sóng ngầm dưới đáy sông

Đời người cuộc sống cũng gian nan
Tưởng như hạnh phúc và bình an
Ẩn chứa bên trong niềm đau khổ
Tự mình chèo lái con đò ngang.

CMH

Theo báo cáo mới nhất của Hội Đồng Chính Phủ Đa Quốc gia về Biến Đổi Khí Hậu (IPCC) công bố, thời gian gần đây sự thay đổi khí hậu xảy ra chưa từng có trên thế giới trong hàng ngàn năm, nếu như không muốn nói hàng trăm ngàn năm.

Hiện tượng El Nino đã chính thức quay lại, nhiều khả năng sẽ dẫn đến các hiện tượng cực đoan trong năm nay - năm 2023 - trở đi.

(Trích dẫn theo Wikipedia)

HEATWAVE

Lửa cháy phừng phừng
Khói bay nghi ngút
Tiếng kêu tiếng thét
Ầm ĩ, thất thanh
Chợt bừng tỉnh giấc
Giật mình kinh ngạc
Bàng hoàng ngơ ngác
Ôi!
Hay tôi đang mơ?
Đồng hồ chỉ 2 giờ
Ti vi đọc bản tin:

Ngày 12-7-23
Greece 52 vụ cháy
Ngày 15-7-23
Palma ở Spain
Hơn 20 nhà dân
Tiêu tan trong giây phút

Ngày 22-7-23
Rhodes của Greece
Nơi trung tâm nghỉ mát
Du khách từ khắp nơi
Thu hút biết bao người
Tham quan và du lịch
Địa điểm bao người thích

Khách sạn 3, 4 sao
Người tấp nập ra vào
Phút chốc thành tro bụi
Cả một vùng rực lửa
Du khách biết chạy đâu
Phải nhanh chân cho mau

Đợt nóng còn kéo dài
Theo như đài dự báo
Sức nóng lên rất cao
47 hay 48 độ
Có nơi 50 độ C
Tây Nam xứ Hoa Kỳ
Italy rồi Greece
Japan và China
Turkey, Tây bắc Africa
Đến phía nam Europe

    Sóng nhiệt vẫn liên hồi
    Lan rộng khắp mọi nơi
    Giết hại bao nhiêu người
    Làm sao mà thoát khỏi

Cái nóng thật kinh hoàng
Như năm 2021
Mùa hè ở Europe
61 ngàn người
Ra đi vì đợt nóng

Mùa hè năm nay
2023 tháng 7 này
Sóng nhiệt thật dữ dội
Đốt cháy bao rừng xanh
Tất cả lại tan tành
Đống tro tàn sót lại

Địa điểm hay lui tới
Cũng bị lửa tiêu tan
Làm bao người hoang mang
Đi đâu sao cho đặng
Ở lại thì không xong

    Chương trình hè nghỉ mát
    Đợt nóng này quái ác
    Vẫn tiếp tục lan nhanh
    Lại tất cả tan tành
    Khiến mọi người trăn trở

Nơi thì mùa nước lũ
Mưa ngày và mưa đêm
England mưa liên miên
Mong được ngày nắng ấm

    Asia, Việt Nam mưa lớn
    Nước lũ lại dâng cao
    Ngày 21 tháng 7
    110 người bị thương
    Dông bão ở Milan

Thiên tai đang đe dọa
Đất trời đang nổi giận
Trừng phạt lỗi con người
Nắng mưa cứ kéo dài
Đó chính là sự thật
Chúng ta phải chấp nhận
Chuyện xảy ra thường ngày
Không phải giấc mơ đêm nay.

CMH

MẸ THIÊN NHIÊN NỔI GIẬN

Lũ chúng ta phạm nhiều tội lỗi
Nay cúi đầu tạ tội với Mẹ Thiên Nhiên
Mẹ cao cả và rất mực dịu hiền
Cho đàn con những gì mẹ có

Bầu trời xanh phủ đầy không khí
Giải rừng già bạt ngàn hùng vĩ
Cho chúng con biển cả mênh mông
Khắp nơi nơi là những cánh đồng

Trong lòng đất nhiều khoáng sản quý
Và cho thêm biết bao mỏ dầu khí
Mẹ Thiên nhiên - người mẹ của ân tình
Cho chúng con cả trí tuệ thông minh

Nhưng đàn con bướng bỉnh, vô tình
Đã quên hết những lời mẹ dặn
Tìm tòi, nghiên cứu phát minh
     vũ khí hạt nhân
       hóa học
Vì lòng tham không đáy gây chiến tranh
Tàn phá rừng xanh
    chặn ngang dòng nước
Khắp mọi nơi mọc lên building
      đường cao tốc

Đất gồng mình gánh nặng trên vai
Tội lỗi này chẳng của riêng ai
Mà tất cả do con người ta đó
Do lãng quên hay cố tình không nhớ
Mẹ Thiên Nhiên căn dặn lũ chúng ta
Trao cho chúng ta cả kho báu vật
Chúng ta vô tình hay cố tình đánh mất
Và ngày nay mẹ nổi giận lôi đình
Mẹ thật hiền nhưng không thể ngồi yên
Mẹ trừng phạt đàn con tội lỗi

Lũ chúng con cúi đầu xin tạ tội
Trước mẹ hiền tội lỗi của đàn con
Đạo làm con chưa giữ được vuông tròn
Cầu xin Mẹ rộng lòng tha thứ.

LHM - CMH

SCOTLAND & CUỒNG PHONG BABET

Thu trước em đẹp hiền hòa
Thu nay em đã khác xưa
Không còn làn gió đưa nhè nhẹ
Đâu rồi nắng vàng đượm sắc Thu

Em buồn chi mà mưa như trút
Đường phố, nhà cửa
                           nước ngập tràn
Em không nhẹ nhàng
                           em giận dữ
Thay đổi tính tình
                           em cuồng điên
Giận dữ ai
                           em gào, em thét
Em đem theo cuồng phong Babet
Lướt qua biển đảo Ái Nhĩ Lan
Đe dọa cuộc sống người dân
Và sáng nay tràn sang xứ Scotland
Với cơn giận 70 dặm một giờ
                           vùng ven biển
Trận cuồng phong không thân thiện
Sấm chớp ầm ầm tàn phá giữa đêm
Nhà cửa, cây cối không bình yên

Lũ lụt ập về Aberdeen và Angus
Đề phòng em, nhà nhà đầy túi cát
Mưa nhiều hơn quanh vùng Đông Bắc

Giao thông ngừng hoạt động
                               giữ an toàn
Hàng trăm gia đình buộc phải di dân
Mưa to, gió gào thét vùng trung tâm
Mưa xối xả 20 đến 25 xăng-ti-mét
                               khu vực phía Đông
Nước dâng cao
                      đường phố biến thành sông
Nhà cửa chìm trong biển nước
Người dân bị mắc kẹt
Xe cộ bị nhấn chìm
                         27 nghìn nhà không có điện
Nhìn biển nước mênh mông
Trong lòng thêm ngao ngán

Trận cuồng phong tiếp diễn
Sóng biển dâng cao 20 feet
Vùng ven biển Aberdeenshire
Bao nhà dân bị phá hủy

Thiệt hại Scotland chưa đủ
Rồng Babet phun nước khắp mọi nơi
280 khu vực báo động đỏ rồi
Sân bay Leed, Bradford đóng cửa
Thị trấn Brechin, Angus thiệt hại nặng

Lũ lụt tràn nước Anh
Cuồng phong Babet ơi!
Khi nào mi ngừng thổi
Con người khổ lắm rồi
Đau lòng và lo lắng
Mùa đông thì sắp tới
Giáng Sinh này ra sao?

Thỉnh cầu mẹ Thiên nhiên
Xin rộng lòng tha thứ.

CMH
19 - 21 October 2023
Bão Babet Scotland

TUYẾT ĐẦU ĐỜI

Mùa đông xứ Scotland
Những bông tuyết bắt đầu rơi
Từ cuối tháng Chín, tháng Mười
Nhưng đêm nay gió Bắc cực tràn về
Cơn bão tuyết bất ngờ ập tới
Một đêm đông lạnh giá
                    miền Hàn đới
Một mùa đông đầu đời
                thấy tuyết rơi…
                          rơi….

Chúng tôi
        từ vùng cận nhiệt đới
Nơi khí hậu bốn mùa thay đổi
Mùa mưa
        gió rít thét gào
                mưa nặng hạt
                      ào ào như thác đổ
Mùa hè nóng như dội lửa
                cháy bỏng gắt gao
Mùa đông
        rét căm căm
             như kim châm
                nhưng không có tuyết
Scotland đêm nay
        lạnh buốt làm sao

BÌNH MINH

Bên ngoài âm dưới 20 độ C
Tuyết rơi mù mịt
    phủ ngang cửa ra vào

Đường phố không một bóng người
Tiếng ô tô rất hiếm hoi
Không gian chìm trong buồn vắng
        lạnh ngắt
         im lìm như chết
Tự nhủ thầm
    chống chọi sao đây
Khi định cư ở xứ sở này?

Giờ đây
  sau 44 năm
Biết bao lần
    mùa đông tới
      tuyết rơi
        rơi…
Cuộc sống vẫn vui tươi
Làn môi vẫn nở những nụ cười
Nhớ lại ngày Scotland
    bão tuyết đầu đời
Kỷ niệm một thời
Những ngày đầu mới tới.
      LHM
    Kỷ niệm mùa đông 1980 Scotland

MỘT SÁNG CÔNG VIÊN

Dạo bước công viên một sớm hè tháng Bảy
Hàng cây ven đường sao lại đứng lặng im
Có điều gì khác lạ không quen
Tôi nhìn, nhưng em cúi đầu không nói
Dưới chân em bụi cỏ lau khô héo
Gục ngã dần do đợt nóng tuần qua
Chúng buồn rầu bên những khóm hoa
Vẫn đang khoe bao sắc màu rực rỡ
Đàn bướm lượn lờ bay hớn hở
Mùi hương thơm quyến rũ bầy ong
Và đâu kia mấy chú chim con
Cũng đùa vui bay theo cùng đàn bướm
Mấy chú chó vàng và đen chấm trắng
Vẫy đuôi mừng được ra ngoài phơi nắng
Chạy theo sau bám gót chủ nhân
Tiếng cười vui, trò chuyện xa gần
Thi thoảng vài xe đạp vút qua nhanh
Kéo theo làn gió nhè nhẹ dịu êm
Se se lạnh lướt qua làm tóc em bay theo chiều gió

Cây cầu trắng vắt qua con kênh nhỏ
Dưới chân cầu, nước thì thầm trong gió
Đôi thiên nga bồng bềnh bơi nhanh
Như tiên nữ về thăm chốn trần gian
Lũ vịt con bì bõm vây quanh
Bên vịt mẹ to mồm luôn quàng quạc
Bầy chim câu thong thả dưới chân cầu
Vài chim cái làm đẹp đứng tỉa lông
Những con non nghếch đầu nghiêng ngó
Mấy chú chim già lim dim như ngái ngủ
Con nhởn nhơ phơi nắng đón bình minh
Nước con kênh lấp lánh nắng lung linh
Em soi bóng thấy má mình sao ửng đỏ
Hàng cây xanh đung đưa theo chiều gió
Như thầm thì thương nhớ bạn bè thân
Bị thiêu cháy sau đợt nóng cuồng điên
Nhìn hàng cây tôi đồng cảm với em
Thầm biết ơn và trân quý những gì mình có
Phong cảnh công viên sớm nay
Bình yên và đẹp thế.

CMH

CƠN DÔNG & ĐÔI CHIM CÂU

Bầu trời chuyển màu xám
Màn đêm ập quá nhanh
Một chiều hè tháng Tám
Gió rít giật từng cơn
Mưa đập mạnh ngoài song
Ào ào như thác đổ
Đôi chim câu lông xù ẩm ướt
Nép mình trong góc hiên
Nhìn trời mưa run rẩy
Đầu lắc lắc không yên
Chắc lo cho đàn con
Liệu chúng có bình an
Trong đêm dông mưa gió
Chim mẹ và chim bố
Âu yếm đầu tựa đầu
Truyền hơi ấm cho nhau
Ngắm nhìn đôi chim câu
Tôi tự nhiên thầm ước
Gió hỡi! Hãy ngừng thổi!
Mưa ơi! Hãy đừng rơi!
Đôi chim câu mong đợi
Lời nguyện cầu của tôi

Sáng nay khi thức giấc
Nắng vàng trải bên thềm
Nhìn ra ngoài hàng hiên
Vương lại vài lông chim
Hy vọng chúng bình yên
Sau một đêm dông bão.

CMH

CHÚ CÚN CON

Hi! Chào các bạn
Mình tên là Henry
Cô chủ tên Jenny
Vì mình rất đáng yêu
Và cũng rất biết điều
Nên mình được cưng chiều
Được yêu thương chăm sóc
Có đồ ăn mình thích
Chiếc giường ngủ xinh xinh
Có đệm bông ấm êm
Cô chủ không gọi tên
Kêu mình
   "Cún cưng của chị!"
Hôm nay ngày gì nhỉ
Không phải ngày nghỉ lễ
Chắc đặc biệt lắm đây
Gâu! Gâu!
Đi đâu? Đi đâu?
Mình vẫy đuôi thích thú
Mình đi đâu cô chủ?
Xe chạy qua bao phố
Qua bao nhiêu tòa nhà
Đến một nơi rất xa
Cánh đồng xanh bao la
Hiện dần dần phía trước

Được Jenny cho phép
Mình nhảy ra khỏi xe
Duỗi chân lao như bay
Vào cánh đồng trước mặt
Phi được vài trăm mét
Mình chuyển sang lộn nhào
Bầu trời như quay quay
Như là mình đang bay
Thi nhau cùng lũ bướm
Chợt giật mình thấy vướng
Chân chạm phải vật gì
Mình mở mắt ngước nhìn
Hóa ra một cún con
Đứng bên là cún mẹ
Gâu? Gâu? Gâu?
Chó mẹ gầm gừ hỏi
Mày ở đâu? Ở đâu?
Mình cúi đầu xin lỗi
Rồi vẫy vẫy cái đuôi
Mình rất vui, rất vui
Nhìn cún con dò hỏi
Cún con cũng mừng rỡ
Vì có bạn cùng chơi
Mẹ cún đã mỉm cười
Hai đứa mình thành bạn.

CMH

Kim Tiền Và Đạo Đức

Tiểu dẫn: LHM du lịch Việt Nam 2017 vô tình nghe được cú điện thoại của anh thư ký phôn cho sếp đang ở nước ngoài. Nguyên văn như sau:

- Báo cáo sếp, thị trường may mặc hiện nay biến động lắm, kể từ hôm sếp đi.

- Sao?

- Vâng, thưa sếp, giá áo thì lên, giá quần thì xuống, còn cổ lông lúc lên lúc xuống.

- Có thật không?

- Chính xác như 2 nhân với 2 là 4 ạ!

- Được tao về ngay.

Thành ngữ "(Giá) áo thì lên, (giá) quần thì xuống, cổ lông lúc lên lúc xuống" được hiểu như thế nào, LHM xin nhường cho độc giả ngẫm suy về đạo đức thời kim tiền ngày nay ở Việt Nam.

QUẦN CÓ CỬA SỔ

Các cụ, các bà có biết không?
Con gái thời nay thích khoe mông
Áo quần may sắm hàng thiếu vải
Quần mặc bây giờ tụt ngang hông
LHM

Ngày xưa nghèo khổ nên khô héo
Gày đói xác xơ có gì khoe
Ngày nay bơ sữa nên thừa mỡ
Phải được phơi ra đất phì nhiêu
CMH

Gái xưa kín đáo lại dịu dàng
Gái nay lại biết chịu chơi sang
Đồi thông hai mộ mời du khách
Bồng bưởi thơm ngon đã sẵn sàng.
CMH

Ngày xưa thiếu vải nên phân phối
Mỗi năm 2 mét cho một người
May sao cho khéo thì vừa đủ
Đen trắng lộ thiên, các cụ cười.
CMH

Cái đẹp ngày nay đẹp lạ đời
Quần lành không thích, thích tả tơi
Ống quần phải có dăm cửa sổ
Mới là cô nàng biết chịu chơi
LHM

Xưa kia che gió mặc yếm đào
Bây giờ cho gió tự do vào
Quần có dăm ba ô cửa sổ
Thiết kế thời trang hợp phong trào
CMH

Hoa Khôi & Hoa Hôi

Đất Việt ngày nay hoa khắp nơi
Hoa hậu thi cùng với hoa hôi
Hang cùng ngõ hẻm thi hoa nở
Ra đường là đụng phải hoa hôi
               …à hoa khôi
                    LHM

Đất Việt đẹp giàu nhiều hoa tươi
Hoa dại xen lẫn hoa hậu người
Thi sắc, thi hoa, ong bướm lượn
Vẹt cũng thi nhau nói tiếng người.
                    CMH

ĐẤT & NGƯỜI

Đất cát ngày nay chuyện đau đầu
Vợ chồng, con cái đại chiến nhau
Quan tham xơi đất thành tỷ phú
Ăn bẩn mà ông không ốm đau.

LHM

Đất sinh ra tiền, ra lợi lộc
Đất là báu vật miếng mồi ngon
Quan tham cũng thèm ăn đất cát
Sao trách người dân nổi máu tham

CMH

Đạo đức ngày nay rất suy đồi
Chỉ vì tranh chấp đất mà thôi
Ba cô con gái mang xăng đốt
Tội nghiệp mẹ già cháy đen thui*

LHM

Thời thế ngày nay thật đảo điên
Con giết cha mẹ chỉ vì tiền
Giành giật tranh nhau vì mảnh đất
Mảnh đất đứng yên, người phát điên
CMH

Anh em họ mạc từ mặt nhau
Chỉ vì đất cát chia chưa đều
Kim tiền lên giá, đạo đức xuống
Nhiều chuyện đau lòng đâm chém nhau!
LHM

Tội nghiệp cho mảnh đất ngày nay
Chứng kiến lòng người bạc lắm thay
Tham tiền tham của nên tranh chấp
Đấu đá, đâm chém nhau trên đất này

Hòn đất mà biết nói năng
Lũ con bất hiếu mần răng như vầy?
CMH

NGÃ NGỰA

Đạo đức ngày nay xuống dốc rồi
Làm thế nào đây, tổng Trọng ơi!
Cái lò thiêu đốt quan tham nhũng
Hơn chục năm rồi sao chưa thôi?

Thần kinh xấu hổ đứt hết rồi
Từ ông chủ tịch nước Việt tôi
Tướng tá công an và quân đội
Kim tiền mờ mắt thế là toi

Hai nghề vinh danh gọi bằng thày
Từ xửa từ xưa cho đến nay
Là nghề dạy học và thày thuốc
Mà nay dân chúng khinh hai thày!

Đại dịch Cô Vy khổ lắm rồi
Dân tình ai oán lắm ai ơi
Vì thế hai ông làm phó tướng**
Cộng thêm Phúc*** ngoẹo cũng toi đời.

LHM - CMH

Chú thích:

* Sự kiện xảy ra ngày 30-10-2022 tại thôn Thiên

Lộc, xã Trung Hòa, huyện Yên Mỹ, tỉnh Hải Dương

** Đại dịch Covid ở Việt Nam có hai vụ trọng án: Việt Á và Chuyến bay giải cứu công dân Việt Nam ở nước ngoài. Hai trọng án này ảnh hưởng rất lớn đến uy tín đảng và chính phủ cộng sản trong con mắt của nhân dân vì thế rất nhiều cán bộ cao cấp đã ngã ngựa. Trong đó có 2 phó thủ tướng Phạm Bình Minh và Vũ Đức Đam từ nhiệm ngày 30-12-2022 và hàng loạt thứ và bộ trưởng, đại sứ bị tống giam.

*** Ông Nguyễn Xuân Phúc cũng dính chàm trong hai vụ trọng án này nên cũng từ nhiệm chức chủ tịch nước ngày 18-1-2023.

PHIÊN TÒA KỲ LẠ Ở QUẢNG NGÃI

Ngày 30-9-2023, TAND huyện Nghĩa Hành, Quảng Ngãi tiếp tục buổi xét xử vụ án "tranh chấp quyền nghĩa vụ chăm sóc, nuôi dưỡng mẹ và yêu cầu chấm dứt hành vi cản trở quyền, nghĩa vụ chăm sóc nuôi dưỡng mẹ". Phiên tòa được mở từ ngày 21-9, kéo dài đến ngày 30-9-2023 với ba buổi xử.

Theo trình bày của các đương sự tại phiên tòa, nguyên đơn có 4 người, bị đơn có 3 người. Tất cả đều là con ruột của cụ bà đã 86 tuổi. Từ lúc đến tòa "hai phe" đã không nhìn mặt nhau.

TAND huyện Nghĩa Hành tuyên bố: nguyên đơn và bị đơn mỗi bên được quyền chăm sóc mẹ 6 tháng, hết thời hạn phải giao mẹ cho bên kia.

Có luật sư hỏi, nếu hết hạn 6 tháng nuôi dưỡng, nhưng bên đối tác không thực hiện quy định của tòa, vậy Ban Thi Hành Án có "cưỡng chế" giao cụ bà cho bên kia không?

(Trích báo Dân Trí ngày 04-10-2023)

Đạo lý ngày nay đã khác xưa
Chuyện buồn Quảng Ngãi thật như đùa
Cùng chung tổ phụ đâm đơn kiện
Tình nghĩa anh em đã thiếu thừa

Tranh nhau phụng dưỡng một mẹ già
Cái tuổi đất gần, trời sắp xa
Mẹ già đau đớn nghe phân xử
Sáu tháng mỗi phe được chăm bà

Chỉ vì mẹ giữ đất tổ tiên
Con cái tranh nuôi chỉ vì tiền
Chữ hiếu ngày nay như thế đó
Nuôi mẹ mà mong sớm quy tiên.

LHM

KHÔNG ĐỀ II

1
Bản nhạc rừng khuya giữa đêm thâu
Tiếng piano xen lẫn tiếng đàn bầu
Kết hợp đông tây sao khéo thế
Giúp cho hai đứa như gần nhau
CMH

2
Má hồng đẹp tuổi đôi mươi
Tóc thêu nắng sớm đồng vui hẹn hò
Tình yêu là một bài thơ
Môi hồng là để đợi chờ người thương
LHM

3
Người thương đang ở chiến trường
Đồng quê nắng sớm dầm sương dãi dầu
Ngày ngày tháng tháng trôi mau
Môi hồng má thắm nhạt màu chờ ai?

CMH

4
Chiến trường khốc liệt kéo dài
Những đêm trăng sáng nhớ ai quê nhà
Đường về quê mẹ tuy xa
Má hồng có nhạt vẫn là của anh
Bao giờ đất nước thanh bình
Anh về hai đứa chúng mình đẹp duyên.

LHM

THẤT TỊCH - VALENTINE DAY
(7 tháng 7 âm lịch)

Mênh mông một dải Ngân hà
Tình sao không phụ mà ra phụ tình!
                                Nguyễn Bính

Ngàn năm bao nhiêu lần tháng Bảy
Đếm sao cho hết vạn mối sầu
Dải sông Ngân Hà xanh rộng lắm
Hàng năm Ô Thước vẫn bắc cầu
                                CMH

Thất tịch - hôm nay giữa Luân Đôn
Mưa rơi rả rích gợi nỗi buồn
Chuyện tình Ngưu Lang và Chức Nữ
Ngàn năm vẫn giữ tấm lòng son!
                                LHM

Tháng Bảy là tháng có mưa ngâu
Tháng đàn Ô Thước nối nhịp cầu
Tháng của bao ngày thương và nhớ
Tháng của người tình đến bên nhau

Trên trời xanh cao, cao vời vợi
Mây ơi! Sao cứ lững lờ trôi?
Tháng ngày đợi chờ bao thương nhớ
Nước mắt đong đầy sông Ngân ơi!
CMH

Mưa chi mưa mãi tạnh đi thôi!
Ngưu Lang Chức Nữ gặp nhau rồi
Mối tình dang dở luôn nồng thắm
Lưu truyền mãi mãi mấy ngàn đời
LHM

Ba trăm sáu tư ngày chờ đợi
Giây phút gặp nhau sao nghẹn lời
Ánh mắt như bao điều muốn hỏi
Em nhớ con nhiều… nhiều lắm mình ơi!
CMH

Tay trong tay, mắt nhìn nhau lần cuối
Để khắc sâu hình dáng của vợ hiền
Em đừng khóc cho lòng anh nhức nhối
Nước mắt em như muối sát tim tôi
                                    LHM

Em trở về Trời, mình về nơi trần thế
Duyên mình dang dở dám trách ai
Thất Tịch hàng năm nhớ ngày này
Ngày duy nhất hai đứa mình hội ngộ
                                    CMH

Ngày 7 tháng 7, ngày mưa ngâu
Ngày Valentine Day của Á châu
Kinh thành Luân Đôn mưa rả rich
Giọt lệ cảm thông những nỗi sầu
                                    LHM
                    22-8-2023 (7-7- 2023)

TỰ TRÀO

Tuổi già mà vẫn ước mơ
Hoàng Hôn chưa xuống đã chờ Bình Minh.

Thiên hạ cho rằng tuổi tám mươi
Đầu bạc, răng long, mắt mờ rồi
Chân run, gối mỏi, tay chống gậy
Má hõm nhăn nheo, sắp chầu giời

Riêng tôi ở tuổi ngoại tám mươi
Mái tóc như tiên phủ trắng rồi
Ăn khỏe, ngủ ngon, làm việc khỏe
Mỗi năm một tác phẩm ra đời

Bạn bè thơ phú khắp năm châu
Zalo, Whatsapp gọi cho nhau
Những chuyện vui buồn thường ngày gặp
Anh bạn xa nhất ở Úc châu

Ở tuổi bát tuần vẫn thích thơ
Vẫn còn bay bổng với ước mơ
Nhịp đập con tim thời trai trẻ
Khúc nhạc tình yêu dệt trang thơ

Ngày ngày tháng tháng tập dưỡng sinh
Quên hết lăn tăn chuyện bực mình
Ở tuổi hoàng hôn không tham vọng
Đấy là thang thuốc giúp trường sinh.

LHM

MỘT THOÁNG NHỚ VỀ HÀ NỘI

Tôi xa Hà Nội bao nhiêu năm rồi nhỉ?
Mái tóc đã thay màu
               bạc trắng theo thời gian
Trắng như hoa lan thơm dìu dịu
Thoảng mùi hoa sữa giữa đêm khuya
Thức trắng ôn bài dưới ngọn đèn mờ
Cái tuổi mộng mơ
               đôi lúc ngây ngô
Cười khúc khích
               vui đùa trong đêm vắng
Tất cả đã xa dần
               chìm vào dĩ vãng
Chỉ còn là kỷ niệm
               vương vấn mơ hồ
Liễu rủ hồ Gươm
               ngơ ngẩn
                      thẫn thờ
Như mái tóc ai soi bóng đợi chờ
Trong cái rét lành lạnh cuối Thu

Những bông hoa hình trái tim nho nhỏ
Đường phố phủ trắng đầy hoa sữa
Mảnh mai, nhẹ nhàng bay trong gió
Tỏa hương thơm quyến rũ lòng người

Cho em quên bao vất vả trong ngày
Lòng bình yên, thanh thản yêu đời

Một bông hoa sữa
                chợt rơi trên mái tóc
Ngỡ bờ môi ai nhẹ lướt tỏ bày
Trời lành lạnh sao má em ửng đỏ
Trộm liếc xung quanh
                như sợ ai nhìn rõ
Chỉ có vầng trăng trên cao sáng tỏ
Trăng lấp ló cười sau màu xanh của lá
Em thẹn thùng vờ cúi nhặt
                bông hoa
Nghe như tiếng ai thì thầm khẽ nói
Xung quanh em hoa sữa bay…
                bay theo gió
Hà Nội như cùng em thức giấc
Tận hưởng hương đêm
                mùi hoa sữa cuối Thu
Man mác ngọt ngào lay động con tim
Em nhớ mãi một mùa hoa Hà Nội
Năm mươi năm làm sao đếm nổi
Có bao nhiêu bông hoa sữa rơi rơi….
         21-8-1973 - 21-8-2023
      Kỷ niệm ngày tốt nghiệp ĐH Thư Viện
            CMH

HẢI PHÒNG QUÊ MẸ

Xách chiếc va ly đến tựu trường
Cũng là ngày tôi xa quê hương
Những ngày nghỉ lễ và tết đến
Là lúc được về thăm cố hương

Gửi quê tôi có bờ cát trắng
Có hàng dừa đọng nắng những chiều xưa
Có dãy phi lao gió thổi vi vu
Như tiếng hát mẹ ru những chiều êm lắng
Làng quê tôi rì rào tiếng sóng
Tiếng yêu thương, tiếng của mẹ hiền
Tôi nhớ những ngày gió lộng thủy triều lên
Buồm căng gió đoàn thuyền ra lòng mẹ
Rồi sớm mai bình minh vừa mới hé
Đoàn thuyền vui đang ghé bến đi vào
Cả làng tôi nhộn nhịp xôn xao
Đi đón chờ những thuyền cá nặng
Cá quẫy mình phơi vẩy vàng trước nắng
Mùi khói thơm cá nướng từ mái tranh
Tỏa muôn nơi theo gió biển trong lành

Tôi xa quê rời biển mẹ hiền
Đã thấm thoát bao năm rồi biển nhỉ?
Hôm nay nữa giữa kinh thành kỳ vĩ
Hơn 60 năm xa biển quê hương
Sao đêm nay thêm nhớ thêm thương
Như sớm mai hồng bâng khuâng nhớ gió
Nhớ hàng cây mây bay nội cỏ
Nhớ rừng già, nhớ lá mùa xuân
Nghĩ đến quê hương xao xuyến, bần thần

Tôi thèm đặt bàn chân lên triền cát mịn
Láng như gương do nắng sớm bình minh
Mặt trời nhô soi mặt nước lung linh
Biển êm lặng thì thầm vỗ sóng
Tôi thèm bắt dã tràng trên bờ cát trắng
Xây nhà cao bằng cát uy nghi
Tuổi ấu thơ bao mơ ước thần kỳ
Còn mãi mãi trong lòng tôi nơi quê mẹ
Giữa kinh thành Vương quốc Anh hoa lệ
Vẫn nhớ về mảnh đất mẹ thân thương.

LHM

Kỷ niệm ngày tựu trường Y Khoa Hà Nội
04-9-1960 - 04-9-2023

NHỚ NHÀ

Hà Nội chiều nay tớ nhớ nhà
Tiền thì chẳng có, đường thì xa
Nỗi buồn man mát theo thu tới
Xao xuyến lòng ai cảnh xa nhà
Hà nội 1964
LHM

Chiều nay bên đường quốc lộ
Mắt ai nhìn xa xăm
Đăm đăm nơi chân trời
Nỉ non cột cây số
Lì lầm hàng biên tiêu
Nắng đổ rồi, còn xiêu
Rừng Hòa Bình 1966
LHM

Đêm nay thường trực suốt canh thâu
Tiếng khóc khoa nhi gợi cảnh sầu
Thương vợ, nhớ con nằm không ngủ
Sờ cằm ram ráp mấy sợi râu
Rừng Hòa Bình 1968
LHM

TUỔI GIÀ

Khi trẻ ta mê mải kiếm ăn
Lao vào cuộc sống đầy bon chen
Lo chuyện gia đình, lo con cái
Riêng bản thân mình ta lại quên

Nay ta đã đến tuổi về hưu
Thời gian còn lại chẳng còn nhiều
Làm tròn trách nhiệm cho con cháu
Là lúc chúng ta đã xế chiều

Tuổi già là tuổi thật đáng yêu
Đôi khi quên mất mình bao nhiêu
Không phải ưu phiền lo con cháu
Lạc quan thoải mái, sống bình yên

Tự do không phụ thuộc vào con
Thực hiện giấc mơ thời còn son
Tham gia du lịch cùng bè bạn
Sống một cuộc đời ý nghĩa hơn

Cả đời mình đã chịu hy sinh
Hãy yêu hãy sống cho chính mình
Trân trọng những gì mình đang có
Hạnh phúc biết bao lứa tuổi mình.

CMH

TRƯỜNG ĐỜI

Tôi nhớ…
        nhớ mãi mãi ngày hè năm ấy
Tuổi chớm 15 nhưng chưa độ trăng tròn
Ngồi sau xe là cô bé gày nhom
Tay bám chặt yên xe
            quay đầu cầu cứu:
                "Mẹ ơi! Mẹ….
                    con không muốn đi đâu!"
Cha mẹ và các em cô
                đứng vẫy vẫy phía sau
Hình bóng họ mờ mờ
            tan dần theo hàng lệ…
Vì ngày đó phải tuân theo thể chế
Được sổ gạo cấp cho, người dân
                  buộc phải đi làm
Để duy trì cuộc sống bản thân
Nên cô bé phải ra đi
        rời xa cha mẹ
Đi đâu?
        Đi làm gì?
                Đâu có biết!
Làm sao hiểu hết
        ở cái tuổi 15!

Ngày hôm qua còn chạy nhẩy tung tăng
Còn đùa nghịch vui chơi cùng lũ bạn
Thế là hết, hôm nay phải xa bè bạn
Xa gia đình, xa cha mẹ và các em
Hết thật rồi, cái tuổi hồn nhiên
Tuổi vui chơi, chưa biết ưu phiền
Cô sẽ đến vùng miền hẻo lánh
Đường nhỏ gập ghềnh, hưu quạnh
Trèo đèo, lội suối, vượt cầu treo
Đến một vùng rừng núi vắng teo
Từng dẫy nhà tre nứa, mái còn thơm mùi lá cọ
Xung quanh là rừng xanh núi biếc
Từ đó bắt tay vào công việc
Nhân viên hợp đồng
              kiếm sống qua ngày
Cái tuổi ăn chưa biết no
                  thích chơi
                        thèm ngủ
Từ bây giờ cuộc đời phải tự lo
Chiếc giường đơn là hai mảnh gỗ cứng đơ
Đắp thêm lá chuối khô
                che gió rét
Đêm khó ngủ vì bọ gà
              vì rệp
Có đêm ngủ mê
          rớt xuống đất

         giật mình ngơ ngác
Gió rít từng cơn
     nhưng nghe rõ tiếng chim kêu
"Năm trâu sáu cột!"
      "Bắt cô trói cột!"
Sao rờn rợn ghê ghê
    run sợ
      co ro
        nghẹn ngào
          nấc nấc….

Giật mình!
    Sợ có ai nghe tiếng khóc
Bắt cô đi nộp cho chúa Sơn lâm!
Ngày lại ngày
      tháng tháng qua nhanh
Những năm chiến tranh
        trong vùng rừng vắng
Cực khổ
   khó khăn
      cuộc đời sơ tán.

Cuộc sống đã dạy
      cô bé trưởng thành
Như bao người cô cũng lớn lên
Có gia đình riêng, ngập tràn hạnh phúc

Nhưng cuộc đời không như mơ ước
Chiến tranh Trung -Việt buộc phải ra đi
Giữa sống và chết sẽ phải chọn gì?

Xưa phải ra đi xa nhà
                    xa cha mẹ
Nay phải xa quê hương
                    xa tất cả người thương
Để bắt đầu cuộc sống tha phương
Lại từ con số không tròn trĩnh

Từ đó đến nay
                đã bao nhiêu năm rồi nhỉ?
Từ cô gái hồn nhiên
                gày còm nhỏ bé
Nay đã già
                sang tuổi hoàng hôn
Nhớ lại chặng đường xưa
                ngấn lệ rưng rưng
Lòng thầm nhủ
           thôi
                đừng suy nghĩ mung lung
Tuổi 15 trăng chưa tròn
                đã long đong với khuyết
Bước chân vào đời
                đâu biết ngày mai

Đời!
        Một chặng đường dài
Về già ta nhìn lại
Trường Đời
      đã dạy và rèn luyện
              trưởng thành Người.

            CMH
        Kỷ niệm một thời dĩ vãng
           1965 -2023

TỰ TÌNH VỚI BIỂN

Một sớm cuối hè bên bờ biển
Tiếng sóng rì rào
              gió mát dịu êm
Lững thững mình tôi
              trên dải cát mềm
Vầng trăng trên cao
              có nghe tiếng bước chân ai
                      lạo xạo
Không gian yên tĩnh
              tôi và biển vắng
Thiên nhiên ban tặng
              bình yên
                  tĩnh lặng
Tôi thả hồn
            với biển cả mênh mông
Sóng từ xa nhè nhẹ rì rầm
Đôi chân trần trên triền cát lạnh
Tận hưởng niềm êm ái cuối hè của biển
Cảm nhận được âm thanh của gió
Đưa hương thơm từ cây xanh, hoa cỏ
Quyện tiếng thầm thì sóng nước quanh tôi

BÌNH MINH

Tôi chợt nhớ thuở xưa
Từng có một thời
           rất vô tư
                yêu đời đến thế
Vì đó là thời thanh xuân, tuổi trẻ
Bây giờ tôi cũng đã khác xưa
Tóc đã đổi màu
              như ngọn sóng bạc xô bờ
Tôi có phải đang trong mơ
              được tự do
                    trong thế giới hư vô
Khi ta sinh ra
          bước chân vào thế giới
                    có một mình
Nhiều thời điểm buồn vui
              cũng chỉ một mình
Món quà đáng quý mình ta tận hưởng
Ta trân trọng đón quà
              thần tiên ban tặng
Dù một mình
           không có nghĩa cô đơn
Cô Đơn cũng là bạn
Khi phút giây bình lặng
              hạnh phúc biết bao
Tránh xa được cuộc sống hối hả, ồn ào
Không khí trong lành
              tâm hồn được thanh lọc

Ta lại là Ta
        hồi phục
                cân bằng
                        thư giãn bản thân
Ta gửi hồn cho gió
            gió ùa vào với biển
Hòa mình giữa buổi sớm thiên nhiên tuyệt đẹp
Đứng vững giữa cuộc đời
                luôn chuyển động
                      luyện rèn.
                  CMH
            Biển Costa Brava, Spain

Dạo Chơi St Jame Park London

Hi! Mình là Henry
Mình xin chào các bạn!
Hôm nay ngày nắng đẹp
Ông mặt trời đang cười
Chắc mình được đi chơi
Gâu! Gâu!
Mình lượn quanh cô chủ
Gâu! Gâu! Đi đâu nhỉ?
Vẫy vẫy đuôi thắc mắc
Jenny hiểu ý, gật đầu
Các bạn đoán thử xem
Trước tiên mình phải ngoan
Lên xe ngồi chờ đợi

Tiếng còi xe ai gọi
A! Người bạn của Jenny
Đằng sau là ai kia?
Ôi! Thằng bạn Tony
Gâu! Gâu! Mày ở đâu?
Cả hai đều mừng rỡ
Hướng thẳng ra Westend
Nhận ra đường quen quen
Tony vội reo lên

Chúng mình đến công viên
St Jame Park trung tâm
Gần cung Buckingham
Mình và Tony hiên ngang
Chạy nhanh vào trong cổng

Wow!
Công viên rộng mênh mông
Hai mươi ba héc-ta đất
Cây cao tỏa bóng mát
Che dịu nắng trưa hè
Người đi bộ mải mê
Ngắm nhìn đầy thích thú
Con đường dài uốn khúc
Lượn quanh hồ nước trong
Ngôi nhà của vịt chim
Thật nhiều loài muôn sắc
Có cả chú chim cuốc
Đứng một mình chờ ai
Và một đàn vịt ngan
Quanh thiên nga đùa rỡn
Con mình đen đầu trắng
Con mỏ đỏ chân vàng
Tony nhìn chăm chăm
Gâu! Gâu! Vì lạ quá

Mình và Tony thong thả
Chạy theo cùng mọi người
Hôm nay thật đông vui
Có nhiều đoàn du khách
Từ khắp nơi đến đây
Vì St Jame Park này
Một trong tám công viên
Của Hoàng gia nước Anh
Bao đời nay nổi tiếng
Chứng kiến nhiều sự kiện
Lễ kỷ niệm vui buồn

Xung quanh hồ liễu rủ
Xen lẫn các loại cây
Cho chim thú lượn bơi
Lên tắm nắng vui chơi
Người người đứng lại xem
Nhiều nam nữ thanh niên
Gia đình cùng con nhỏ
Tò mò và thích thú
Tiếng nói xen tiếng cười
Không khí thật vui tươi
Xa xa một tốp người
Bao quanh gì mới lạ
Hai đứa tôi vội vã
Nhanh chân đến gần xem

Ồ! Mấy con bồ nông
Màu trắng hồng phơn phớt
Trông chúng thật to lớn
Không ai dám đến gần
Con chăm chỉ tỉa lông
Con nghiêng mình phơi nắng
Cái mỏ dài hai gang
Thân màu trắng mịn màng
Có người nhanh tay chạm
Bồ nông không động đậy
To xác mà hiền khô
Dường như chúng làm ngơ
Hay mải mê làm đẹp
Có gì mà đáng xem

Mình và Tony rẽ ngang
Phía trước một màu xanh
Nhiều loài cây nhiệt đới
Tiếp dẫy hoa sáng chói
Trắng vàng xen tím hồng
Cạnh bãi cỏ xanh rộng
Dừng chân ngồi nghỉ ngơi
Nhiều gia đình đi chơi
Đem đồ ăn, picnics
Ngả mình trên bãi cỏ
Mây trắng từng cụm nhỏ
Như vẩy cá xếp tầng
Nổi bật trên trời xanh
Không khí thật trong lành
Dễ chịu và bình yên
Quên hết mọi ưu phiền
Lòng nhẹ nhàng thanh thản.

CMH

Cô Bé & Con Chim

Hôm nay trời mưa to
Mẹ không cho đi chơi
Ôi! buồn ơi là buồn
Nghỉ hè mới mấy hôm
Mà sao dài đến thế!
Ước gì mẹ được nghỉ
Mưa không phải đi làm
Cùng mình chơi bán hàng
Ngay trong nhà cũng được
Chợt nghe tiếng chim hót
Líu lo gọi mình ra
Suỵt!
Mọi người còn đang ngủ
Nhẹ nhàng mở hé cửa
"Cậu vào trong nhà đi"
Hai đứa nói thầm thì
"Tụi mình chơi gì nhỉ?"
Nào, chúng ta bắt đầu
Thời gian trôi qua mau
Mẹ đã thức từ lâu
Rồi mẹ sẽ lên lầu

"Ôi! Cậu hãy trốn mau
Không được cho mẹ biết
Ngày mai ta chơi tiếp
Mình vẫn phải trong nhà
Chim tự do hơn tui
Được bay lượn khắp nơi
Tui vẫn còn phụ thuộc
Phải nghe lời mẹ cha
Mong một ngày không xa
Tui thoát ra khỏi nhà
Làm những gì tui thích."
Chú chim cười khúc khích
Vậy hãy là con ngoan
Học cho thật giỏi giang
Thành người lớn đi làm
Bạn tự do kiếm sống

Hai bạn nhìn nhau lưu luyến
Mình tạm chia tay thôi
Trời đã hết mưa rồi
Hẹn ngày mai gặp lại.

CMH

HÈ

Hè về phượng nở muôn hoa
Nhớ chăng giây phút trôi qua hỡi hè
Hè về rộn lại tiếng ve
Hè ơi! Nghe tiếng bạn bè tiễn nhau.

LHM

Ve nghe tiếng bạn tiễn nhau
Ve cười, ve hỏi vì sao lại buồn
Hết hè mình lại tựu trường
Kể cho nhau nỗi nhớ thương sau hè.

CMH

Rồi mùa phượng vĩ nở hoa
Bạn về quê bạn tình ta chia lìa.

LHM

Hoa phượng nở khắp mọi nơi
Nhìn hoa phượng vĩ nhớ người phương xa
Một ngày bạn đến quê nhà
Hoa phượng lại nở có ta bên người.

CMH

TUỔI HỌC TRÒ

Ôi! Dĩ vãng nên quên hay nên nhớ
Còn đâu xưa hình ảnh thuở thiếu thời
LHM

Dĩ vãng thuở thiếu thời rất đẹp
Bạn hữu ơi! Ta nên nhớ chớ quên
Như đám mây mình làm sao níu kéo
Cuộc đời chỉ có một thuở thiếu niên
CMH

Hè đến tôi về thăm cố hương
Thu sang tôi lại trở về trường
Hẹn hò hè tới về quê cũ
Để sống những ngày thật mến thương
LHM

Tuổi học trò chứa đầy bao kỷ niệm
Gần bên nhau hay giận dỗi lạ kỳ
Để khi hè về nghỉ ở quê hương
Lại thấy nhớ…
   Ước gì ta đừng giận….
CMH

Chung Chuyến Tầu Điện

Cùng chung tuyến đường
Buổi sớm đầy sương
Cây reo trong gió
Lòng sao vấn vương

Chuyển toa vội vàng
           đi chung chuyến
Ánh mắt ai nhìn
           sao quyến luyến
Cô gái áo xanh
           xanh cả mây trời
Đôi môi thắm đỏ
           mến yêu ơi
Hàng răng trắng
           cười duyên trong nắng
Suối tóc dài
           tha thướt giữa trời mây
Đến bến rồi
           đi nữa hay thôi?
Cô gái chưa quen ơi!
Mái tóc mây
           nhún nhẩy nô cười

Rẽ cùng đường
              lòng thấy vấn vương
Rồi cô rẽ về nhà qua lối ngõ
Tôi lặng người
              tưởng tim mình rạn vỡ

    Nhớ mãi cô gái áo xanh
    Ngẩn ngơ suốt buổi
    Lòng sao đắm đuối
    Nhớ thương hoài
    Biết nói cùng ai
    Mơ ước sớm mai
    Lại cùng về chung chuyến.

                        LHM

PHƯỢNG HỒNG

Cuối tháng Tư hàng năm
Hải Phòng lập lòe những tia lửa nhỏ
Đây đó, lấp ló
        trong cành phượng phủ màu xanh
Mùa hè nóng nực trong lành
        đang tới
Mùa sĩ tử bước vào cuộc đời mới
Háo hức đợi chờ
        cùng với lo âu
Không biết đi về đâu
        sau ngày thi cử
Vào đại học, cao đẳng hay về quê cũ
Tất cả chúng tôi cuộc đời sẽ sang trang
Khi hè về cánh phượng đỏ sắc vàng
Rực rỡ thành phố mang tên Hoa phượng đỏ
Cũng là mùa chia tay từ đó
Vẫn còn nguyên trong ký ức của tôi
Nhớ phượng hồng và những niềm vui
Một thời mài đũng quần trên ghế
Đã làm người ai cũng phải như thế
Nhất quỷ nhì ma thứ ba là chúng tôi
Phượng hồng xưa nhớ mãi trong đời.

                      LHM

CÚN BÔNG VÀ MÈO NINA

Bà Smith bị mệt
Mình cũng chẳng muốn ăn
Ngước nhìn bà lặng im
Mắt lim dim muốn ngủ
Lượn quanh bà thầm nghĩ
Mình biết làm sao đây

Chợt nghe tiếng bước chân
Người đưa thư đến gần
Mình chạy ra chờ đợi
Hy vọng có thư tới
Bà Smith đang mong
Cạch! Cạch!
Nắp khe thư bật mở
Gâu! Gâu!
Mình vẫy đuôi mừng rỡ
Bà Smith ngồi chờ
Tay run run mở thư
Nở nụ cười rạng rỡ
Thư như liều thuốc bổ
Bà và mình đều vui

Suốt ngày bên bà chủ
Thân thể mệt rã rời
Mình muốn ra ngoài chơi
Đường phố vắng lặng im
Không gian thật bình yên
Cún vươn mình khoa khoái
Chợt nghe có tiếng động
Từ cửa sổ nhà bên
Thì ra cô mèo con
Bộ lông vàng như tơ
Với đôi mắt tròn to
Xanh xanh màu ngọc bích

Cún: Gâu! Gâu!
      Hello! Xin chào bạn!

Mèo: Mèo con ta thầm nghĩ
      Ai kia thật vô duyên
      Người ta đang ngủ yên
      Mơ giấc mơ du tiên
      Nhưng lịch sự làm quen
      Lặng im thì không phải
      Nina đành phải nói
      "Hi! Chào bạn!"

Cún: "Xin lỗi! Tên tôi là Henry
Còn bạn tên là gì
Tôi có thể được biết!"

Mèo: Anh chàng này lễ phép
Mình cũng nên đáp lời
"Tên mình là Nina
Chuyển đến ngày hôm qua
Mọi thứ đều mới lạ"

Cún: "Tôi ở cách mấy nhà
Chúng ta là hàng xóm
Cảm ơn bạn tốt bụng
Rất vui được làm quen"

Mèo: "Mời bạn qua hàng hiên
Vào trong này kẻo lạnh"

Cún: Tôi phải trở về nhà
Để hôm khác sẽ sang
Bà Smith không khỏe
Tạm biệt Nina nhé

Cún quay đi về nhà
Vừa đi cún thầm nghĩ
Người ta lịch sự mời
Nhưng không thể nhận lời
Vội vã cô ta cười

Mèo: Chuyển sang nhà ở mới
       Tất cả đều thay đổi
       Mèo cảm thấy không quen
       Phòng cô chủ kề bên
       Mà sao xa xôi lắm
       Cô chủ đi làm vắng

       Mình Nina ở nhà
       Henry thì không qua
       Xung quanh toàn xa lạ
       Ngày ngày bên cửa sổ
       Ngắm nghía người qua đường
       Tự nhiên nhớ mảnh vườn
       Nơi Nina ở trước

Cún: Từ ngày gặp Nina
       Henry thấy sao sao
       Đi ra lại đi vào
       Không vui đùa như trước
       Khi nằm lỳ một chỗ
       Mắt hướng ra phía cửa
       Như đang ngóng chờ ai
       Bà Smith thở dài
       Lo Henry bị ốm

Mèo: Nina thầm nhẩm đếm
       Đã ba ngày trôi đi
       Không thấy bóng Henry
       Tại làm sao thế nhỉ
       Hay Henry không khỏe
       Mình thử ra khỏi cửa
       May nhìn thấy Henry

Cún: Nằm lỳ mãi trong nhà
       Cún mơ thấy Nina
       Có đôi mắt thật to
       Nhìn Henry không chớp

Mèo: Nhẹ nhàng luồn qua cửa
       Rồi nhìn ngó xung quanh
       Bên ngoài trời mưa lạnh
       Nhìn sang nhà bên cạnh
       Không thấy bóng Henry
       Có nên tiếp tục đi
       Ngó nhìn Henry nhỉ?

Cún: Không thể mãi trong nhà
       Cún ta quyết định ra
       Sang tìm gặp Nina
       Mình nói thế nào nhỉ?

Mèo: Lượn vòng quanh ngoài cửa
Thi thoảng kêu "meo, meo"
Muốn nhắn nhủ đôi điều
Đợi thêm dăm ba phút

Cún: Chợt nghe tiếng meo meo
Henry vội lao ra
Mau đi tìm Nina
Chắc Nina đang đợi

Mèo: Vật gì nhanh như chớp
Đứng trước mặt Nina
Henry nói thật to:
"Mình định sang nhà bạn"
Nina cười ngượng ngịu
"Bạn có khỏe hay không
Mấy ngày qua mình mong
Mà im hơi lặng tiếng"

Cún: "Trong lòng mình cũng muốn
         Sang thăm bạn ra sao
         Nhưng sợ bạn làm cao
         Mình đắn đo ngài ngại
         Nhưng bạn mới chuyển tới
         Sao mình lỡ làm ngơ
         Mình cũng thật bất ngờ
         Thấy bạn sang tìm tớ"
         Cún vẫy đuôi mừng rỡ

         Rồi kể từ ngày đó
         Hai đứa thành bạn thân
         Meo meo và gâu gâu
         Luôn quấn quýt bên nhau
         Chuyện lạ mà có thật.
                    LHM - CMH

CÂY BÀNG TUỔI THƠ

Quê tôi miền trung du bình dị
Có thị xã xinh xinh nhỏ bé
Nhà tôi ở đó
              trung tâm thị xã
Hai bên đường dãy bàng xum xuê lá
Rợp bóng mát trưa hè
Như con sông xanh chảy dài theo dãy phố
Vẫn đọng in trong trí nhớ
Những kỷ niệm xưa của tuổi thiếu thời
Tuổi chỉ biết đùa vui
              vô lo
                    vô nghĩ.

Sau 60 năm trời
        tôi trở về đây
              thăm quê cha yên nghỉ
Thị xã nay đã lên thành phố
Những cây bàng tuổi thơ
              đâu còn nữa
Tất cả đã khác xưa
        thay áo đổi màu
Tôi ngẩn ngơ
        đứng nhìn
            bùi ngùi
                thương nhớ

Ký ức tuổi thơ
           dồn dập
                    cuộn về
Thuở đó
       lũ trẻ chúng tôi cùng phố
Lớn lên làm bạn với những cây bàng
Xuân đến
       mưa rơi nhè nhẹ
Những búp lá xanh non đang hé nở
Như những bông hoa màu xanh ngọc
Vươn mình lên đón nắng mặt trời
Vạn vật đâm chồi đầy sức sống
Đang trỗi dậy sau giấc ngủ mùa đông
Như cô gái vừa độ căng tròn
Cây khoác tấm áo choàng xanh mỏng
Chim én nơi xa bay về gọi bạn
Rộn ràng tiếng chim đón xuân sang
Cây bàng lớn nhanh rợp lá cành
Nơi chúng tôi trèo lên lẩn trốn

Có một lần ham chơi
                    cơm quên nấu
Cha tôi đi tìm
           tôi trốn ở trên cao
                    sao cha thấy được!

Tôi muốn trả lời
        ngồi im
                không dám nói
Xuân qua nhanh
        Hè đến
Dãy phố của tôi
        như dải lụa xanh tươi
                xen màu rực sáng
Những bông hoa hình ngôi sao ngà trắng
Thoang thoảng hương thơm dìu dịu
                dễ thương
Dưới nắng hè
        cây lung linh lấp lánh
Phố của tôi
        đẹp tựa bức tranh
Cành bàng tầng tầng
        xòe tán xanh xanh
Như chiếc ô to lớn
Tỏa bóng mát
        che nắng cho chúng tôi
Dưới gốc cây đủ các trò chơi
Nhẩy dây
        đá cầu
                chơi chuyền
                      tập múa

Đuổi bắt nhau
                    trò chơi chạy trốn
Trèo lên cây thi hái quả bàng ăn
Trái bàng thơm chua chua
                        ngòn ngọt
Vị thật bùi, béo ngậy nhân hạt bàng rang

Kỳ nghỉ hè trôi quá nhanh
Thu đang đến hanh hanh lạnh giá
Những cây bàng lại thay màu lá
Từ vàng cam chuyển dần sang sắc đỏ
Quên làm sao ánh màu rực rỡ
Của cây bàng tím đỏ sắc thu
Sao ngày đó tôi thật vô tư
Không hiểu hết những gì mình có
Từng đợt lá vàng rơi rụng dần theo gió
Lá khô ròn đang phủ kín con đường
Sắc cuối thu âm vọng tiếc thương
Mang hơi thở mùa đông đang tới
Thân cây gày thẫn thờ như muốn nói
Tạm chia tay
              người bạn già
                      bước vào năm học mới

Bóng cây bàng lạnh lẽo xác xơ
Cố giữ lại mấy chiếc lá lưa thưa
Một mùa đông trơ trụi tiễn đưa
Cây bàng mồ côi
               già theo năm tháng
Chúng tôi lớn dần
           lần lượt rời xa
Tuổi học trò của tôi ở đó
               với con phố nhỏ
Những cây bàng
            bạn bè cùng trang lứa
Tuổi thơ hồn nhiên
           không trở lại nữa
Đã vời vợi mãi mãi rời xa
Ký niệm đẹp ngây thơ
             vẫn in đậm trong tôi
Là hành trang mang theo suốt cuộc đời
Để bây giờ trở lại
       đứng
           lặng người
               rưng rưng lệ
Đây đó
     như thấp thoáng cây bàng
             đang đứng đợi.

               CMH

OÁI OĂM

Người họ Lâm
                sinh ra vùng biển
                              phải lên rừng làm việc
Để sau này có người con rể
                mang họ Carpenter*
                              mới là duyên
Hàng xóm cạnh bên
                chồng tên Công, vợ tên Lý
Không hiểu gì về công lý
                chỉ mong sống bình yên
Tôi quen biết cặp uyên ương
                vợ tên Bình, chồng tên An
Nhưng luôn luôn phàn nàn
                đâu có bình an
Người vợ tên Lợi
        chồng tên Thắng
Vậy mà có thắng lợi bao giờ đâu
Cờ bạc như điên
        nợ ngập đầu
Phải chăng cái tên chỉ là cái vận?

Hay số Trời se lại gần nhau
Thôi hãy mau mau
              chuyển về gần
Ông bà Bảo Dưỡng
          để bền lâu
Nuôi dưỡng gia đình
            bảo vệ nhau
Ông Trời se duyên sao thật đẹp
Trên đời nhiều cái tên thật oái oăm
Vô tình ghép lại nghe cũng rất vần
Cùng nhau ta cười cho đời vui vẻ
Kể ra đôi chút để góp phần
                      LHM

*Ghi chú: Carpenter: Thợ mộc

BÀ LÃO VÀ CÚN BÔNG

Trâu bò ở với nhau lâu thì lành
Người ở với nhau lâu thì dữ.
Thành ngữ Việt Nam

Từ bao đời nay quen chúc nhau
Chúc nhau trăm tuổi bạc đầu râu
Cũng bởi ai ai đều tham sống
Thực ra trong bụng có thế đâu
Con chúc cha mẹ ngày sinh nhật
Hôm sau thầm nhiếc "sống chi lâu!"

Cuộc đời là vậy đó ai ơi
Chẳng ai đảo ngược với luật đời
Có sinh, có lão thì có bệnh
Có bệnh ắt phải có tử thôi

Bà Lan năm nay tuổi 93
Tự lo, tự sống một thân già
Từ ngày có Bông về làm bạn
Người – chó sống chung lại vui nhà

Bộ lông dài mượt trắng như bông
Nên bà đặt tên nó là Bông
Bà nuôi Bông từ khi còn bé
Nay Bông đã được năm mùa xuân

Cún Bông ngoan ngoãn
Luôn theo sát bên bà
Bà vui đùa với nó
Nó nhảy, mừng vẫy đuôi
Bông là người gác cổng
Mỗi khi nghe tiếng động
Nó liên tục gâu gâu
Như đe và như dọa
Biết điều hãy cút mau

Người đưa thư gõ cửa
Tai bà kém khó nghe
Nó vội kéo bà đi
Đứng kề bên bảo vệ
Đêm đêm bà đi ngủ
Nó nằm canh bên ngoài
Nghe tiếng chân bà bước
Bông nhường bà đi trước
Rồi bám gót theo sau

Thi thoảng bà trêu Bông
Nhưng nó không cáu giận
Bông chằm chằm nhìn bà
Như van xin dừng lại
Bà mỉm cười thương hại
Kéo Bông lại gần ôm

Miệng nựng nựng "cưng cưng"
Vì cún Bông dễ thương
Sao mà không yêu được

Cún Bông là ngọn đuốc
Tỏa sáng cuối đời bà
Khiến bà quên tuổi già
Sống yêu đời vui vẻ
Họ một già một trẻ
Một chó – một con người
Khác loài, không ruột thịt
Nhưng luôn luôn quấn quýt
Gần gũi và yêu thương
Nhìn hai kẻ cô đơn
Thấy lòng sao ấm áp

Hạnh phúc thật đơn giản
Quan trọng là tình ngưới
Con vật không biết nói
Nhưng dễ sống hơn người
Nhìn họ tôi thầm ước
Họ vui khỏe yêu đời
Cùng bên nhau mãi mãi.

CMH

THĂM QUÊ

Một ngày cuối xuân
Tôi trở về thăm quê mẹ
Rừng cọ, đồi chè không còn nữa
Chỉ thấy những dãy nhà cao đồ sộ
Những con đường chạy dài rộng mở
Bóng dáng thân quen hiện về từ quá khứ
Sự đổi thay khiến tôi mừng
                              và bỡ ngỡ
Nhưng có gì đau nhói trong lòng
Cuộc sống này đúng thật vô thường
Những gì thấy hôm nay
                        đâu biết có ngày mai!
Vì con người luôn thay đổi theo thời
Tôi đứng đây
                    trên chiếc cầu Gia Bảy
Nhìn dòng sông Cầu lững lờ chảy
Lời ru của mẹ năm xưa
           "Sông Cầu nước chảy lưa thưa
        Có đôi trai gái vẫn chờ đợi nhau"
Dòng sông vẫn còn đó
Cây cầu vẫn đứng đợi
Tôi đã trở về
             nhưng người đã đi xa

BÌNH MINH

Dòng sông in bóng người đứng đợi
Một mình trong thương nhớ thẫn thờ
Cha mẹ không còn
                càng lạc lõng bơ vơ
Cảnh vật khác xưa
Con người thay đổi đến bất ngờ
Tiền tài, danh vọng
                làm lu mờ tình nghĩa

Ai đi xa mà không nhớ về quê mẹ
Quê mẹ ngày xưa mộc mạc bình yên
Con người xưa đầm ấm yêu thương
Con người nay lấy tiền bạc để đo lường

Không Có Tiền Làm Gì Có Quê Hương!
                                  CMH

NGÀY CUỐI HÈ

Hôm nay một ngày nắng đẹp
Dải nắng vàng sót lại của mùa hè
Mọi người hớn hở say mê
Tận hưởng chút nắng hè miền Hàn đới
Trong công viên đông người đi lại
Tôi và Bông hòa nhịp dòng người
Xung quanh vọng tiếng nói cười
Thi thoảng
              từng đợt gió lùa mang hơi lạnh
Bầu trời trong xanh
              chuyển dần sang màu xám
Đám mây che phủ dần ánh nắng
Cây rung rinh như chào đón mùa Thu
Cuốn theo những chiếc lá vàng khô
Bay lơ lửng như nhảy múa nô đùa
Chúng vui mừng được bay lượn tự do
Để lại đám lá xanh đứng thẫn thờ
Chưa đủ lớn để rời xa tổ ấm
Lá vàng rơi lững lờ theo gió
Bông gâu gâu
              thích thú rượt theo
Không vồ được nó bực tức gâu gâu
Đàn con trẻ thi nhau hò hét

Gió thổi mạnh, trời một màu xám xịt
Lớp mưa bụi như dải lụa bay bay
Tiếng bước chân hối hả nhanh nhanh
Về cho kịp kẻo mưa to ập xuống
Con Bông sợ vì ồn ào náo động
Tôi đưa Bông vội vã ra xe
Vậy là hết một ngày cuối hè
      mùa Thu đang tới.
      CMH

THU SỚM

Thu lại về trên đất người
Bao nhiêu lần em đếm lá vàng rơi
Đếm sao cho hết niềm thương nhớ
Vẫn biết người xưa đã khuất rồi

Thời gian vẫn lặng lẽ trôi
Mỗi năm bốn mùa thay đổi
Xuân qua, Hè đến rồi Thu tới
Nỗi nhớ thương ai vẫn không nguôi

Có tình yêu vượt qua thời gian
Có tình yêu mãi mãi khó quên
Vẫn biết cuộc đời luôn biến đổi
Mà sao mằn mặn trên bờ môi

Hãy quên anh đi, mạnh mẽ lên
Tương lai phía trước đang chờ em
Bài thơ anh viết còn dang dở
Thay anh viết tiếp chuyện tình duyên

Anh có nhớ những lời anh hứa
Sẽ đưa em đi suốt cuộc đời
Cầu tình yêu chúng mình mong ước
Bao nhiêu nhịp lỡ dở, người ơi!

Anh đi rồi
Anh đã quên lời hứa
Bỏ lại em một mình
Trong thương nhớ
Anh còn nợ em một lời hứa…

CMH

KHÔN HAY DẠI

Chó dại có mùa
Người dại quanh năm
(Thành ngữ Việt nam)

Em nói với tôi
"Chị ơi, em lo sợ
Ngày mai em đi nhổ….
             răng khôn!"
Ủa, răng khôn?
Sao không giữ lại?
Từ xửa từ xưa
Chỉ có cái dại
Là phải bỏ đi
Em biết nói gì
Vì đau nên bỏ
Thực hư không rõ
Khôn - dại đâu hay
Chỉ biết ngày mai
Em đi Dentist
Không phải một chiếc
Mà lại là hai
Loại bỏ ra ngoài
Nào ai có biết
Răng dại hay khôn
Không thể đo lường
Tưởng khôn mà dại

BÌNH MINH

Sinh sau ra muộn
Xiên xẹo nghiêng nghiêng
Hóa ra làm phiền
Nơi răng cư trú
Gây đau âm ỉ
Đôi khi giận dữ
Mất ăn mất ngủ
Em nên vứt bỏ
Mấy răng vô duyên
Nghe lời chị khuyên
Vui lòng chấp nhận
Cũng như số phận
Trong cuộc đời này
Nhiều khi không may
Trở thành bất hạnh
Không ai dám chắc
Mình khôn suốt đời
Tất cả do trời

Răng khôn vĩnh biệt ta rồi
Từ nay ta sẽ là người biết khôn.

CMH

TÌNH BIỂN

Tình anh mênh mông như biển
Tình em nồng thắm dịu dàng
Ánh mắt thầm trao qua ly rượu
Ước mong mình mãi mãi bên nhau

Xa xa rì rào tiếng sóng
Hay tiếng vọng của lòng em
Má em ửng hồng vì nắng
Hay do men ly rượu ấm nồng

Gió lùa qua mái tóc em
Làn tóc rập rờn như những cánh chim
Hãy ở bên anh, em nhé
Đừng rời xa anh
Để biển nhớ biển chờ…

CMH

BÓNG TRĂNG

Trăng ngó nhìn em qua cửa sổ
Biết rằng em nhắn tin cho anh
Trăng buồn nên nghiêng nghiêng nhăn nhó
Trách em sao đã vội quên trăng

Trăng là em, em cũng là trăng
Em biết là anh đang ngắm trăng
Nên trăng e thẹn tìm nơi trốn
Ẩn mình cho anh nhớ, anh mong

Em là trăng, anh là biển rộng
Để đêm đêm em soi sáng lòng anh
Biển ôm gọn vầng trăng trong mộng
Sóng vỗ về ru trăng ngủ yên lành

Em là trăng
     trăng cũng là em
Biển và em
    em và trăng
        tuy ba mà một.
        CMH

BẾN & ĐÒ

Đò bập bềnh mênh mông sóng nước
Vẫn nhớ lời hẹn ước năm xưa
Hay là bến đã phụ đò
Đò đang chờ đợi ai hò
            "Đò ơi.... ơi...!"
                        LHM

Mênh mông sóng nước phương trời
Đêm khuya sông vắng đò trôi phương nào
Ngửng đầu chỉ thấy trăng sao
Bến buồn bến đợi ai nào thấu cho
                        CMH

Sông sâu chảy xiết khó chèo
Muốn sang đâu có dễ chèo mà sang
Con đò còn muốn quay ngang
Chờ nghe ai gọi đò sang bên này
                        LHM

Bình Minh

Qua bao sông nước đò ơi
Đã qua nhiều bến đò thời nhớ chăng
Bến buồn không thấy đò sang
Có xa xôi mấy không sang hỡi đò?
Bến buồn lòng dạ ngẩn ngơ
Ngày đêm bến đợi bến chờ người thương
CMH

Mong sao bến lại gặp đò
Thỏa lời mong ước câu hò năm xưa.
LHM

THU ĐỢI

Em xa anh đã bao lần cây thay lá
Mùa Thu năm đó
Mình chia tay nhau
Dưới gốc cây phong màu sắc đỏ
Lưu luyến cầm tay em
                    không muốn rời
Một chiếc lá vô tình rơi
Đậu trên vai áo
Nhưng làm sao giữ nổi
Bước chân người!

Nhè nhẹ hôn lên đôi mắt ngọc
Cho giọt sương tan theo gió mây
Anh sẽ mang theo nụ cười xưa ấy
Mái tóc dài tha thướt bay bay

Em ở lại với mùa Thu và nỗi nhớ
Đếm thời gian theo mùa lá thay màu
Nhớ nhé! Em hãy lắng nghe tiếng gió
Gió Thu về anh sẽ đến tìm em

Mưa… mưa…
            mưa Thu ơi!
Cuốn theo lá vàng rơi
Em hỏi gió:
Có biết nơi anh ở?
Không tiếng trả lời!
Lá vẫn rụng!
Em vẫn đợi!
Lẽ nào anh quên lối?
Thu về!
      Thu đi!
           Em vẫn đợi!
Nụ cười giờ móm mém
Suối tóc dày nay đã lưa thưa
Hỷ Nhi* ơi! Chờ người sao chẳng thấy
Thời gian đã nhuộm trắng mái tóc xưa

Tình yêu!
      Tình yêu!
Có thật hay đùa?
Sau bao mùa Thu đợi!

                    CMH

*Ghi chú: Hỷ Nhi tên cô gái trong phim Bạch Mao Nữ.

BÌNH MINH

Bước chân lên thuyền rời xa quê
Anh đâu dám nghĩ đến ngày về
Cũng đâu dám mong ngày gặp lại
Nhưng lời thề với em anh giữ mãi

Em ơi!
Em có biết
Vì sao anh phải đi?
Đâu dám hứa điều gì
Không một lời từ biệt
Để anh luyến tiếc
Làm em phải buồn
Mang nặng trong lòng
Nỗi đau thời đại!

Lênh đênh trên thuyền
Biển trời mênh mông
Mắt nhìn xa xăm
Bóng hình ai ẩn hiện
Ngọn sóng bạc đầu
Đưa anh dần xa bến
Mắt ai nhìn lưu luyến
Như sóng gió bồng bềnh
Đưa tiễn chân anh
Hãy tha thứ cho anh
Ngàn vạn lời xin lỗi

Mong gặp em trong những giấc mơ
Dáng nhỏ thanh thanh
Mái tóc ngang vai trọn lời thề
Nụ cười trên môi luôn hé nở
Mắt long lanh đầy quyến rũ
Hút hồn anh giây phút ban đầu

Rồi từ ngày ấy biệt tin nhau
Vẫn biết hy vọng thật mong manh
Khi màn đêm xuống em vẫn đếm
Vẫn chờ cánh nhạn báo tin anh
Không trách anh, em tự hỏi mình
Lỗi lầm chi để anh bỏ ra đi
Day dứt trong tim một lời thề…

Niềm thương nỗi nhớ giấu trong lòng
Anh phải lao vào cuộc mưu sinh
Đất người xứ lạ bao trắc trở
Ngôn ngữ, màu da khác chúng mình
Không có em, đời cô đơn thêm lạc lõng
Hai bàn tay trắng có ngại ngần chi
Vì tự do nên anh phải ra đi.

Giọt mưa ngoài hiên
Như ai đang nức nở
Tiếng lá cây xào xạc
Như thì thầm gọi tên
Anh biết rằng đêm đêm
Em âm thầm nén chịu

Cây ngọc lan trước cửa
Đã bao lần ra hoa
Hương lan thơm ngào ngạt
Như chuyện tình đôi ta
Em đếm bao lần lan nở
Anh đếm bao lần tuyết rơi
Đường xa ngàn dặm xa xôi
Anh mong ngày chúng mình xum họp
Hạnh phúc bên nhau
Cùng đàn con khỏe mạnh xinh tươi
Trên mảnh đất thắm đậm tình người

Một chế độ ưu tiên người già con trẻ
Chăm sóc y tế, sức khỏe
Cho tất cả mọi người
Trẻ em được học hành miễn phí
Không phân biệt giàu nghèo địa vị
Thể chế tự do bình đẳng đến khó tin
Đó là sự thật, em biết không em
Nơi quê hương ta bao đời không có
Chẳng có gì ngoài mùi thơm hoa sữa

Cùng đàn con đứng đợi ở phi trường
Đón em từ Hà Nội bay sang
Cuộc đời mới gia đình ta rộng mở
Hạnh phúc vỡ òa sau bao năm xa nhớ
Đêm đã qua, bình minh rực sáng chân trời

LHM - CMH

Mục Lục

LỜI NÓI ĐẦU   9
1. Thơ Và Tôi   11
2. Nói Với Con   12
3. Kỷ Niệm Thời Bao Cấp   13
4. 30 Tháng 4 Xưa Và Nay   15
5. Chuyện Bây Giờ Mới Kể   18
6. Hội Dưỡng Sinh   24
7. Tuổi Già Và Bệnh Tật   26
8. Nắng Hè   28
9. Trắng & Đen   29
10. Biển Và Tôi   32
11. Hàng Cây & Building   33
12. Chiếc Quạt Nan   36
13. Nước Mắt   41
14. Hành Quân Qua Nhà   43
15. Chiến Tranh Và Hòa Bình   44
16. Thời Tiết   49
17. Em Là Ai   50
18. Lươi Huyền   52
19. Chú Chim Câu & Người Vô Gia Cư   54
20. Ước   56
21. Không Đề I   57
22. Dã Ngoại   59

23. Khúc Nhạc Rừng	62
24. Bình Minh Và Em	64
25. Bình Minh Ven Rừng	67
26. Nhớ	69
27. Chiều Trên Sân Ga	70
28. Trăng Và Tôi	73
29. Tâm Sự Với Biển	74
30. Trăng	77
31. Ngẫm Suy	80
32. Heatwave	81
33. Mẹ Thiên Nhiên Nổi Giận	86
34. Scotland Và Cuồng Phong Babet	88
35. Tuyết Đầu Đời	91
36. Một Sáng Công Viên	93
37. Cơn Giông & Đôi Chim Câu	95
38. Chú Cún Con	97
39. Kim Tiền Và Đạo Đức	99
40. Quần Có Cửa Sổ	100
41. Hoa Khôi & Hoa Hôi	102
42. Đất & Người	103
43. Ngã Ngựa	105
44. Phiên Tòa Kỳ Lạ Ở Quảng Ngãi	107
45. Không Đề II	109
46. Thất Tịch - Valentine Day	111
47. Tự Trào	114
48. Một Thoáng Nhớ Về Hà Nội	116
49. Hải Phòng Quê Mẹ	118

50. Nhớ Nhà	120
51. Tuổi Già	121
52. Trường Đời	122
53. Tự Tình Với Biển	127
54. Dạo Chơi St Jame Park London	130
55. Cô Bé và Con Chim	135
56. Hè	137
57. Tuổi Học Trò	138
58. Chung Chuyến Tầu Điện	139
59. Phượng Hồng	141
60. Cún Bông và Mèo Nina	142
61. Cây Bàng Tuổi Thơ	149
62. Oái Oăm	154
63. Bà Lão và Cún Bông	156
64. Thăm Quê	159
65. Ngày Cuối Hè	161
66. Thu Sớm	163
67. Khôn Hay Dại	165
68. Tình Biển	167
69. Bóng Trăng	168
70. Bến & Đò	169
71. Thu Đợi	171
72. Bình Minh	173

CÙNG MỘT TÁC GIẢ
LÂM HOÀNG MẠNH

1. Buồn Vui Đời Thuyền Nhân (hồi ký, nxb Tiếng Quê Hương 2011)

2. Sổ Tay Thành Ngữ Tục Ngữ Anh - Việt, Việt - Anh (biên khảo, nxb Nhân Ảnh 2012)

3. Đời Tư Mao Trạch Đông của Lý Chí Thỏa (dịch chung với Nguyễn Học, nxb Nhân Ảnh 2013)

4. Hồ Chí Minh - Chân Dung Một Cuộc Đời của William J. Duiker (dịch chung với Nguyễn Học, nxb Nhân Ảnh 2014)

5. Những Lựa Chọn Khó Khăn của Hillary Clinton (dịch thuật nxb Nhân ảnh 2016)

6. Cõi Không Hụ Du Ký (Tùy bút Du lịch, nxb Nhân Ảnh 2018)

7. The Sorrow and Happiness of The Boat People (nxb Nhân Ảnh 2022)

8. Hoàng Hôn (thơ, viết chung với Chu Minh Hạnh, nxb Nhân Ảnh 2023)

Nhân Ảnh
2024

Liên lạc Tác giả:
m_v_lam@hotmail.com

Liên lạc Nhà xuất bản:
han.le3359@gmail.com
(408) 722 - 5626

www.ingramcontent.com/pod-product-compliance
Lightning Source LLC
LaVergne TN
LVHW042243070526
838201LV00088B/5